அபூர்வ கணம்

அபூர்வ கணம்

சுரேஷ்குமார இந்திரஜித் (பி. 1953)

இயற்பெயர் என்.ஆர். சுரேஷ் குமார். பிறந்த ஊர் ராமேஸ்வரம்; படித்ததும் வளர்ந்ததும் பணிபுரிந்ததும் வாழ்வதும் மதுரையில். மதுரை மாவட்ட வருவாய்த் துறையில் சிரஸ்தாராகப் பணிபுரிந்து 2011இல் ஓய்வு பெற்றார். இலக்கியப் பணிக்காக 2020ஆம் ஆண்டுக்கான விஷ்ணுபுரம் விருதைப் பெற்றார். முன்றில் அறக்கட்டளை வழங்கும் 2023ஆம் ஆண்டிற்கான மா. அரங்கநாதன் இலக்கிய விருதையும் பெற்றிருக்கிறார்.

தொடர்புக்கு: sureshkumaraindrajith@gmail.com

ஆசிரியரின் பிற நூல்கள்

- மாபெரும் சூதாட்டம் (2005) சிறுகதைகள்
- நானும் ஒருவன் (2012) சிறுகதைகள்
- பின் நவீனத்துவவாதியின் மனைவி (2018) கிளாசிக் சிறுகதைகள்
- கடலும் வண்ணத்துப்பூச்சிகளும் (2019) நாவல்
- அம்பிகாவும் எட்வர்ட் ஜென்னரும் (2020) நாவல்
- ஒரு பாடகி ஒரு மாயப்பிறவி (2021) நாவல்
- நான் லலிதா பேசுகிறேன் (2022) நாவல்
- சுரேஷ்குமார இந்திரஜித் சிறுகதைகள்: 1981–2020 (2022)
- தாரணியின் சொற்கள் (2022) குறுங்கதைகள்
- எடின்பரோவின் குறிப்புகள் (2023) குறுநாவல்கள்
- பெரியம்மை (2023) புனைகதைகள்

தொகுப்பு

- டெர்லின் ஷர்ட்டும் எட்டு முழ வேட்டியும் அணிந்த மனிதர் – ஜி. நாகராஜன் (2013) கிளாசிக் சிறுகதைகள்

சுரேஷ்குமார இந்திரஜித்

அபூர்வ கணம்

காலச்சுவடு பதிப்பகம்

● அன்பார்ந்த வாசகருக்கு,

வணக்கம்.

காலச்சுவடு நூலை வாங்கியமைக்கு நன்றி.

நூலின் உள்ளடக்கம், உருவாக்கம், அட்டைப்படம் இன்ன பிற அம்சங்கள் பற்றிய உங்கள் கருத்துகளையும் ஆலோசனைகளையும் காலச்சுவடு வரவேற்கிறது. தகவல், எழுத்து, வாக்கியப் பிழைகள் தென்பட்டால் அவசியம் தெரிவித்து உதவுங்கள். நூல் தயாரிப்பில் கடும் குறைபாடு இருப்பின் மாற்றுப் பிரதி உங்களுக்குக் கிடைக்கக் காலச்சுவடு ஏற்பாடு செய்யும்.

மின்னஞ்சல்: **publisher@kalachuvadu.com**

காலச்சுவடு நாகர்கோவில் அலுவலகத்துக்குக் கடிதம் அனுப்பலாம்.

தங்கள்
எஸ்.ஆர். சுந்தரம் (கண்ணன்)
பதிப்பாளர் — நிர்வாக இயக்குநர்

அபூர்வ கணம் ♦ குறுங்கதைகள் ♦ ஆசிரியர்: சுரேஷ்குமார இந்திரஜித் ♦ © என்.ஆர். சுரேஷ் குமார் ♦ முதல் பதிப்பு: செப்டம்பர் 2024 ♦ வெளியீடு: காலச்சுவடு பப்ளிகேஷன் (பி) லிட்., 669, கே.பி. சாலை, நாகர்கோவில் 629001

காலச்சுவடு பதிப்பக வெளியீடு: 1302

apuurva kaNam ♦ Micro Fictions ♦ Author: Sureshkumara Indrajith ♦ ©N.R. Suresh kumar ♦ Language: Tamil ♦ First Edition: September 2024 ♦ Size: Demy 1x8 ♦ Paper: 18.6 kg maplitho ♦ Pages: 144

Published by Kalachuvadu Publications Pvt. Ltd., 669, K.P. Road, Nagercoil 629001, India ♦ Phone: 91-4652-278525 ♦ e-mail: publications @kalachuvadu.com ♦ Printed at Mani Offset, Chennai 600077

ISBN: 978-93-6110-373-5

09/2024/S.No. 1302, kcp 5249, 18.6 (1) ass

மயிலன் ஜி சின்னப்பனுக்கு

பொருளடக்கம்

முன்னுரை	11
1. அங்கயற்கண்ணி	15
2. நகக்குறி	20
3. கனவுக் காட்சி	23
4. பாதாளம்	25
5. அபூர்வ கணம்	28
6. குடும்பப் பெண்	30
7. நாட்டியக்காரி	33
8. என் பெயர் கம்ரன்	36
9. வெள்ளி நிலா	39
10. பலூன் என்றொரு ஜென்	41
11. கல்யாணப் பெண்	43
12. கணவனை இழந்தவள்	45
13. சந்தேகம்	47
14. கண்ணாடியைத் துடைக்கும் பையன்	49
15. கண்டெய்னர் லாரி	52
16. தாய், மகன், மகள்	55
17. புகைப்படம்	58
18. பறவையின் வாசனை	61

19. மறக்க முடியாதது	64
20. நினைக்கவில்லை	67
21. தழும்பு	70
22. ஒரு தந்தை	73
23. சூழ்ச்சிகளின் களம்	76
24. நல்ல பெண்	79
25. அழகிய பெண் ஓவியம்	82
26. நடிகையும் புத்தகமும்	84
27. இசைப்பாடகி	87
28. மூங்கில் பிரம்பு	90
29. பையனின் குரல்	93
30. கணவன், மனைவி, தோழி	96
31. தீராத தாகம்	98
32. நர்சாக வந்த பெண்	100
33. கிரிக்கெட் வீரன்	103
34. ஒரு நாள் இரவு	107
35. மனதின் விளையாட்டு	111
36. நின்றுபோன படம்	114
37. புல்லாங்குழல் இசை	118
38. இயற்கை	122
39. மீன் குழம்பு	124
40. முன்னாள் கணவன், மனைவி	127
41. ஜிகர்தண்டா	130
42. தீபாவளி	132
43. கருமை	135
44. பங்களா	137
45. பார்வை	140

முன்னுரை

தமிழின் இலக்கியப் போக்கை இருபெரும் போக்குகளாகப் பிரித்துப் பார்க்கிறேன். மரபார்ந்த இலக்கியம், நவீனத்தன்மை வாய்ந்த இலக்கியம். உண்மையில் பின்நவீனத்துவம் என்ற சொல் கொண்டிருக்கும் பொருள் பற்றி எனக்குத் தெரியாது. எனக்குத் தோன்றும் வகையில் நான் எழுதுகிறேன். நவீனத்துவம் என்று நான் இங்கு குறிப்பிடும் சொல் Modernity என்பதைக் குறிக்கும். இதற்குள் புதிய வடிவம், கூறுமுறையில் புதுமை, அதற்கேற்ற பாத்திரங்கள், மனத்தின் சூட்சுமங்கள் ஆகியவற்றை வைக்கலாம்.

மரபார்ந்த இலக்கியம் என்பதற்குள் (Traditional) பாரம்பரியமான கதை சொல்லல் முறை, அதற்கான வடிவம், கதாபாத்திரங்கள், உணர்ச்சிகள் ஆகியவற்றை வைத்துப் பார்க்கலாம்.

மாடர்னிட்டி என்பதற்கு மிகப் பொருத்தமான நாவல் சுந்தர ராமசாமி எழுதிய 'ஜே.ஜே. சில குறிப்புகள்'. 1981ஆம் ஆண்டு வெளிவந்தது. என் முதல் சிறுகதைத் தொகுப்பு 'அலையும் சிறகுகள்' 1982ஆம் ஆண்டு வெளிவந்தது. அடுத்த பத்து ஆண்டுகளில் நான் எழுதிய மாடர்னிட்டி சார்ந்த எழுத்துகள் 'மறைந்து திரியும் கிழவன்' என்ற தலைப்பில் 1993ஆம் ஆண்டு இரண்டாவது தொகுப்பாக வெளிவந்தது. பின் மாடர்னிட்டி என் எழுத்துகளில் தொடர்ந்து வந்தது.

நான் சமீபத்தில் கன்னட, மலையாள இலக்கியவாதிகளின் நாவல்களைப் பற்றிய குறிப்புகளைப் பார்த்தேன். கன்னட எழுத்தாளர்கள் பைரப்பா, குவெம்பு, பூர்ணசந்திர தேஜஸ்வி, யு.ஆர். அனந்தமூர்த்தி ஆகியோரின் நாவல்கள் பற்றிய குறிப்புகளையும், மலையாள எழுத்தாளர்கள் எம்.டி. வாசுதேவன் நாயர், தகழி சிவசங்கர பிள்ளை, பி.கே. பாலகிருஷ்ணன் ஆகியோரின் நாவல்கள் பற்றிய குறிப்புகளையும் பார்த்தேன். வைக்கம் முகம்மது பஷீரின் மொத்த நாவல்களின் தொகுப்பு என்னிடம் உள்ளது. மொத்தப் பக்கங்கள் 473. 'எங்க உப்பப்பாவுக்கொரு ஆனை இருந்தது' என்ற நாவல் 105 பக்கங்கள். இதுதான் அதிக பக்கங்கள் உள்ள நாவல். 'மூணு சீட்டு விளையாட்டுக்காரனின் மகள்' என்ற நாவல் 23 பக்கங்கள். அவரின் புகழ்பெற்ற 'மதிலுகள்' 43 பக்கங்கள்.

மேலே குறிப்பிட்டுள்ள இலக்கியவாதிகளின் நாவல்களில் பொதுவான அம்சம் மரபார்ந்த எழுத்து. இத்தகைய எழுத்து பெரும் வாசகர்களையும் பெரும் கௌரவங்களையும் தரக்கூடியது என்பதை உணர்ந்தேன்.

இந்திய இதிகாச, புராணங்களில் பலவிதமான கற்பனைகளும் மிகுபுனைவுகளும் உள்ளன. ஆனால் மரபார்ந்தவை என்று நான் குறிப்பிடும் எழுத்துகளில் இத்தகைய அம்சங்கள் இல்லை. மாறாக மாடர்னிட்டி சார்ந்த எழுத்துகளில் பலவிதமான கற்பனைகளும் மிகுபுனைவுகளும் காணக் கிடைக்கின்றன.

மாடர்னிட்டி சார்ந்து எழுதியவை என் இயல்புப்படி எழுதியவை. நவீனத்துவ காலம், பின்நவீனத்துவ காலம் என்பதைப் பற்றியெல்லாம் அறியாமல், அல்லது நான் அறியாத அப்பொருள்களையும் உள்ளடக்கி மரபார்ந்த முறையில் இல்லாத எழுத்துக்களை மாடர்னிட்டி என்ற சொல்லால் குறிக்கிறேன்.

மாடர்னிட்டியை என்னுடன் அழைத்துச் சென்றுகொண் டிருப்பதன் மூலம் நான் நவீன எழுத்தாளன் என்ற பெயரை எடுத்திருக்கிறேன். என்னை நானே இவ்வாறெல்லாம் ஆய்வு செய்துகொள்கிறேன்.

நான் செல்லும் பாதை பற்றி எனக்கு முன்முடிவு இல்லை.

◯

இந்தத் தொகுப்பில் மொத்தம் 44 குறுங்கதைகளும் ஒரு சிறுகதையும் உள்ளன. 'அங்கயற்கண்ணி' என்ற சிறுகதையைக் குறுங்கதை வகைமையில்கூடச் சேர்த்துக்கொள்ளலாம்.

‘அங்கயற்கண்ணி’யை எழுத நேர்ந்தது சுவாரஸ்யமான ஆனந்தமான அனுபவமாக இருந்தது. தடாதகைப் பிராட்டி என்ற இயற்பெயர் கொண்ட மீனாட்சியின் பிறப்பு, மூன்று முலைகளுடன் சிறுபிராயத்தோடு தோன்றுதல், அவளின் விளையாட்டு, போரில் வெற்றி காணுதல், மணாளனைக் கண்டதும் ஒரு முலை மறைதல், மதுரை நகருக்குத் திரும்புதல் ஆகிய பகுதிகள் சிறந்த பாண்டசியாக எனக்குத் தோன்றியதால் சிறுகதையாக எழுதினேன்.

சிவனின் பொன் வடிவத்தை அணைத்து, கபோலத்தில் நகக்குறி பதித்த பொன்னனையாளின் கதையும் எனக்குப் பாண்டசியாகத் தோன்றியதால் அதைக் குறுங்கதையாக எழுதினேன்.

குறுங்கதைகள் அனைத்தும் குறுகிய காலத்தில் எழுதப்பட்டவை. இக்குறுங்கதைகள் பலவகையானவை. கலைத்தன்மையும் சுவாரஸ்யமும் கொண்டவை. இக்கலைவடிவத்தில் தொடர்ந்து எழுத ஆவல் கொண்டுள்ளேன்.

இக்கதைகளைப் பிரசுரம் செய்த இணையதள, அச்சு இதழ்களுக்கு என் நன்றிகள். ஸ்ரீநிவாச கோபாலனுக்கும் ந. ஜயபாஸ்கரனுக்கும் சுனில் கிருஷ்ணனுக்கும் தேவேந்திர பூபதிக்கும் என் நன்றிகள்.

இத்தொகுப்பை வெளியிடும் காலச்சுவடு பதிப்பாளர் நண்பர் கண்ணன், காலச்சுவடு பதிப்பகப் பொறுப்பாளர் நண்பர் அரவிந்தன், பதிப்பகப் பணியாளர்கள் கலா, ஆ. ஜரின் ஜெனிபர் ஆகியோருக்கும் என் நன்றிகள்.

மதுரை
08-08-2024

சுரேஷ்குமார இந்திரஜித்

1

அங்கயற்கண்ணி

பல மனைவிகளையும் காஞ்சனமாலை என்னும் பட்டத்து அரசியையும் கொண்ட அரசன் மலையத்வஜன் குழந்தைப் பேறு இல்லா வருத்தத்துடன் மாடத்தில் நின்று செடி, கொடி மரங்களைப் பார்த்துக்கொண்டிருந்த நேரம் காஞ்சனமாலை அருகில் வந்து குழந்தைப் பேறு கோரி யாகம் செய்வோம் என்று கூற அவன் ஆமோதித்தான்.

யாகம் செய்ய விருப்பமுடையவனாகிக் காஞ்சனமாலையுடன் கிழக்குத் திசையில் இட்ட ஆசனத்தில் அமர்ந்து எரி வளர்த்தான். பசும்புகை படர்ந்தது. மலையத்வஜன் வலது தோள் துடிக்க, காஞ்சனையின் சுருங்கிய இடை விரிய, கொங்கைகள் எழுந்து ததும்ப, தீம்பால் வெள்ளமென ஒழுக, இடது தோளும் இடது கண்ணும் துடிக்க இவ்வுலகம் அன்றி ஏழு உலகமும் மகிழ்வு எய்த, பொறாமை கெட, துந்துபி திசையெல்லாம் இசைக்க, மதுரை மாநகர் உள்ளார் அக மகிழ்ச்சி அறிய, தீந்தமிழ் வழங்கு திருநாடு சிறப்ப, எரிக்கடவுள் நோற்ற பயன் எய்த, கொழுந்துவிட்டு எரிந்த குண்டத்தில், இதழ்க்கமலம் அலர்ந்து தளிர்க்கொடி முளைத்து எழுவதுபோல, கொண்டையில் அணியும் அணிகலன் ஒளிவீச, தொங்கவிட்ட தரளமாலை புரள, இன்னமுதம் வாய்வழி சிந்த, நிலா ஒழுகும் ஆரவடம் மின்ன, இளம்பரிதி வெஞ்சுடர் விழுங்கி வாங்கு கடலின் மாலை இளஞ்சூரியனின் ஒளியை விஞ்சி பவளமாலை மிளிர, சிற்றிடை சிறு

மென்துகில் சூழ, மணிச்சிறு மேகலை புலம்ப, மணிக்குழை விழுங்கிய குதம்பை சிறுதோள் வருடி ஆட, தெள்ளமுத மென்மழலை சிந்த, இளம் புன்னகையுடன் பல்வரிசை அரும்ப, முலை மூன்று உடைய ஓர் பெண்பிள்ளை மூன்று வயது பிராயமொடு நின்றாள்.

குறுந்தளிர் மெல்லடி கிடந்த சிறுமணி நூபுரம் சதங்கை குழறி ஏங்க, நறுந்தளிர் போல் அசைந்து தளர்நடையுடன் மழலை இளநகையும் தோன்றப் பிறந்தப் பெண்பிள்ளை அறம் தழுவி நின்றோர்க்கு இம்மையில் வீடு அளிக்கும் அம்மை.

வாய் வெளிறாது, முலைக்கண் கருகாது, நீண்ட கருங்கண் பசவாது, ஐயிரண்டு மாதம் தாங்காது, ஆலிலை வயிறு வருந்தப் பெறாது, மகவை எடுத்து அணைத்தாள், மோந்தாள் வாய் முத்தங்கொண்டு இன்புற்றாள் காஞ்சனை.

மகவு இன்றி பல ஆண்டுகள் வருந்தி, மைந்தற்பேறு பெற யாகம் செய்த நேரம் ஒரு பெண் மகவை தந்தது ஏனோ. நிலவு ஒழுக வரு பெண்ணும் முலை மூன்றாய் முகிழ்த்து மாற்றார் நகைக்க வைத்தது ஏனோ என அரசன் வருந்த –

'மன்னவ, நின் திருமகளுக்கு மைந்தர்போல் சடங்குகள் அனைத்தும் சொன்ன முறை செய்து, பெயர் தடாதகை என்று இட்டு முடி சூட்டுவாய். இந்தப் பொன்னனையாள் தனக்கு மணாளன் வரும்பொழுது ஒரு முலை மறையும்' என ஒரு திருவாக்கு விசும்பிடை நின்று எழுந்தது.

அந்த வாக்கு செவி நிரம்ப அன்பு உவகை அகம் நிரம்ப, மனம் ஒன்ற, நெய் சொரிந்து மகம் நிரம்ப சாலை நீத்து இருபுறமும் வரும் காவலருடன் மனை புகுந்தான் வேந்தன்.

2

தோழியரோடு புறம்போந்து சிறுவீடு கட்டி விளையாடி அதில் விருந்து படைத்து, தோழியர்க்குக் கண் களிப்புற ஆடிக்காட்டி, குறி சொல்லும் கழங்குப் பந்து பயின்று அம்மானையும் கற்றுப் பாசங்காட்டி, மேலோடு கீழ் வினைக்கயிறு வீசி ஊஞ்சலாடுவாள் உலகில் பலரால் விரும்பப்படும் பெண் தடாதகை.

இம்முறையால் தாய்க்கும் தோழியர்க்கும் அகத்தில் உவகை ஈத்தாள் ஆகி, தந்தைக்கும் அகத்து உவகை ஈவாளாய், வாய்மைச் செம்மறை கற்று, ஈரெட்டுக் கலை முழுதும் தெளிந்து, அழுக்கு, மாசு, களங்கம் அற்ற கலைகள் அனைத்தும் கற்றாள்.

வில், வாள், வச்சிரம் முதல் பல படைத்தொழிலும் கண்ட திருமகளுக்கு, முடி சூட்டும் செய்கை பூண்டான் மன்னன்.

மங்கலநாள் வரையறுத்துத் திசைதோறும் திருமுக ஓலை அனுப்பி, நகர் எங்கும் விழா எடுத்து, மங்கல வாத்தியங்கள் முழங்க, யானை உச்சிமீது வந்த கங்கை முதல் ஒன்பது தீர்த்தமும் நிரப்பி, பின் தீ வளர்த்து அமுதம் இட்டு, பொன்னால் செய்த சிங்கமணி ஆசனத்தைப் பூசித்து, திருமுடியை யானை மேல் வைத்து, நகரை வலம் செய்து பூசித்து, சிங்காதனத்தின் மேல் நாகாபரணம் அமைத்து, வெள்ளை நிறமுடைய முத்து நிகர் தடாதகையைக் கும்பத்து நீரால் குளிர ஆட்டி, கற்பகப்பூ மழை பொழிய, அருந்தவத்தார் ஆசி புரிய, கொம்பு முழங்க, பல்லாண்டு பாட, மங்கலத் தூரியம் முழங்க, மறை பாட, மாணிக்க மகுடம் சூட்டினர். வெண் யானை கழுத்தில் வேப்பமாலை முடித்து, பெண் அரசை மங்கலத் தூரியம் முழங்க வலம் செய்வித்தான் மன்னன்.

மலையத்வஜன் விண்ணரசு இருக்கை எய்தப் பெற்றபின், தென்னவன் ஈன்ற கன்னிப்பெண், அரசாணை செலுத்திய பெருமை கொண்டாள் எம் பிராட்டி.

சூரியன் தோன்றும் ஐந்து நாழிகைக்கு முன் எழுந்து மணம் கலந்த நீரில் ஆடி, தானம், அன்பு, கடவுள் பூசைத் தொழில் முதல் அனைத்தும் செய்தாள். வேட்டுவர் குலத் தலைவன், பொன்னி நதிக் காவலன், குடக்கோன் சூடிய மாலைகள் தடாதகைப் பிராட்டியின் திருவடியில் வணங்குவதால், ஆணை வழி அடி மாலைகள் ஆயிற்று. பூண்முலை தடாதகைப் பிராட்டி கன்னிப் பருவத்தில் நூல்வழி கோலோச்சி அரசு செய்தலால் கன்னிநாடு ஆயிற்று இந்நாடு. யாவரே ஆயினும் அன்பினால் ஆதரிக்கும், இம்மையில் வீடு எய்தச் செய்யும் செம்மை ஆகிய இன்னருள் செய்து வீற்றிருந்தாள் அங்கயற்கண்ணி.

ஒளியால் உலகு ஈன்று உயிர் அனைத்தும் கருணையால் வளர்க்கும் அங்கயற்கண்ணியே, மழலை தெளியா கிளி வளர்த்து விளையாடும் செயல் என்னே. மேகம் போன்ற கூந்தலை உடைய கோகிலமே, தோழியரோடு விளையாடும் வனப்புதான் என்னே.

சந்நிதி அடைந்து தாழ்ந்து நின்ற இளமாந்தளிரின் மின்னல் நிகர் வயிற்றைச் சூழ்ந்து கிடந்த மேகலை, இழை இடை நுழையா வெம்முலை, செம்மலர்க்காந்தள் பொன்வரிசை வளைக்கை, மங்கலக் கழுத்தின் பூரணம், முகத்தின் இன்னிசை, வண்டு சூழ் குழற்கற்றை உடைய இறைவியை வணங்குவோம்.

அபூர்வ கணம்

3

வயிறு தேய்ந்து ஒளிப்பச் செம்பொன் வனமுலை இறுமாப்பு எய்தக் கருங்குழற்கற்றை இருளை வெளிறு செய்ய யாழ் மென் தீஞ்சொல் இன்நகை பிராட்டிக்கு மன்றல் செய்யும் காலம் வந்தது.

"அன்னை நீ நினைத்த எண்ணம் ஆகும் பொழுது ஆகும். நீ இரங்காதே. யான் போய்த் திசைகளெங்கும் என் கொற்றம் நாட்டி மீள்வேன்" என்று கூறி பொருக்கென எழுந்து போனாள் பிராட்டி.

ஆர்த்தன தடாரி, பேரி ஆர்த்தன, ஆர்த்தன உடுக்கை, பம்பை ஆர்த்தன முழவம் ஆர்த்தன, தட்டை ஆர்த்தன, தாரை ஆர்த்தன, தாளம் ஆர்த்தன, திசைகள் எங்கும். வீங்கிய கொங்கை ஆர்த்த கச்சணிந்தோர், கணையினர், வட்டத்தோல் வாள் தாங்கிய கையர் கூட்டம் பிராட்டியின் தேருடன் சென்றனர். புழுதியில் பகலவன் மறைந்து இருள் சூழ, வெண்குடையும் வயிர வாளும் ஒளிகொண்டு இருளை நீக்கியது. சேனை ஆழ்கடல்போல வலியதாகி, திலகம் அணிந்த ஒளிமிக்க நெற்றியை உடைய பிராட்டி மன்னர்களையெல்லாம் கவரச் சென்றாள்.

இழை இடை நுழையா வண்ணம் வீங்கு கொங்கைக் கொலைப் பார்வை கொண்ட பெண்டிர் சூழ, வெள்ளை வாரணம், மாவும் கோவும் கதிர்மணியும் தெய்வத் தருக்களும் கவர்ந்து மீண்டாள்.

திரிபுரம் எரித்த, மேரு மலையை வில்லாக உடைய சிவனின் கயிலைக்கிரி நோக்கிச் சென்றாள். பிராட்டியின் சேனைகள் எழுப்பிய ஒலியைக் கயிலை மலை எதிரொலித்தது. அம்புறாத் துணியை முதுகில் தாங்கிய பிராட்டி, மறத்தார், கணை பூட்டு வில்லாருடன் வட்டித்து இடியென ஆர்த்து கயிலையை வளைத்துக்கொண்டாள். இனிய மொழியுடைய பிராட்டியின் பெருஞ்சேனை, வெற்றியை உடைய பூதகணங் களுடன் பொருதியது. கடலும் கடலும் பொருதியதுபோல இருந்தது.

படை அற்று, ஊர்தி அற்று, சுற்றம் அற்று, நடை அற்று, பூதகணங்கள் அடைந்த நிலையை நந்தி கண்டனன்.

கயிலையின் தலைவன் சிவன் எழுந்து போர்க்களம் சென்றான். கழற் சரணமும் பாம்புடன் புலித்தோலும் கொற்றவாள் மழுக்கரமும் வெண்திருநீறும் அணிந்து, கற்றைச்

சடையும் கொண்டு, கருணை செய் திருநோக்குப் பெற்ற சிவனின் வலப் பாதியைத் தடாதகைப் பிராட்டி கண்டாள்.

கண்ட கணத்தில் பிராட்டியின் ஒரு முலை மறைந்தது. நாணம், மடம், அச்சம்கொள்ள மலர்ந்த பூங்கொம்பு வளைந்து துவள்வது போலாகி அன்பு வந்து, கருங்குழல் பாரமும் பிடர் தாழ, கெண்டை மீனைப் போன்ற உண்கண்ணும் அடி நோக்க நின்றாள்.

நின்ற மென்கொடிக்கு, சிவன் நிகழ்த்திய திருமாற்றம் கண்டு சுமதி என்பாள் அடி பணிந்து, "இப்பேரழகனே நின் மணாளன்" என்றாள். சிவன், "நன்று தொட்ட நாள் மணஞ்செய்ய வருகுதும்; நகர்க்கு நீ ஏகுக" என்றான் பிராட்டியிடம்.

நாதன் மேல் அன்பையும் உயிரையும் இருத்திப் பெண்டிர் சூழ, தேர் மேற்கொண்டு, கடல் என ஆர்ப்ப மாமதுராபுரி அடைந்தாள், அங்கயற்கண்ணி என்ற பெயர் அடைந்த மீனாட்சி என்ற பெயர் அடைந்த, மூன்றாம் முலை மறைந்த தடாதகைப் பிராட்டி.

அகழ் இணைய இதழ், 15 ஜனவரி 2024

2

நகக்குறி

என் வக்கீல் நண்பன் பாண்டியன் நகரத்தில் குடியிருக்கிறான். அவன் தாய் தந்தையர் குடும்ப உறுப்பினர்கள் கிராமத்தில் வசிக்கிறார்கள். உள்ளடங்கிய கிராமம். அவர்கள் வசிக்கும் வீட்டை அடைய நல்ல போக்குவரத்து வசதி இல்லை. சாலைகள் மோசமாக இருக்கும். காரை நிறுத்திவிட்டுக் குறுக்கு வழியில் வயல்களின் வரப்பு வழியாக அவர்கள் இருப்பிடத்திற்கு பாண்டியன் கூட்டிச் சென்றான். தற்போது தொன்னூறு வயதான அவன் தந்தை மரணப் படுக்கையில் இருக்கிறார். ஞாபகச்சக்தி இல்லை. “திடீரென்று கண்விழித்து, ‘பொன்னனையாளைக் கும்பிடுங்க’ என்று சொல்லிவிட்டு, நினைவற்ற, பேச்சற்ற நிலைக்குச் சென்றுவிடுவார். எப்போது அவருக்கு விழிப்பு வரும் என்று அறிய முடியாது. விழிப்பு வரும்போது, ‘பொன்னனையாளைக் கும்பிடுங்க’ என்பார். வயது தொன்னூறுக்கு மேல்” என்றான் நண்பன். நோய் இல்லை. முதுமை ஆகி உடல் மரணத்தை நோக்கிக் கிடக்கிறது. பால் ஊற்றிப் பார்த்தார்கள். உயிர் பிரியவில்லை.

நான் அவரைப் பார்க்க விரும்பியதால் என்னைப் பாண்டியன் அவனது தந்தை இருக்கும் வீட்டிற்கு அழைத்துச் சென்றுகொண்டிருக்கிறான்.

வீட்டை அடைந்தோம். பாண்டியனின் தந்தை படுக்கையில் மல்லாக்கப் படுத்திருந்தார். கண்கள் மூடியிருந்தன. எப்போது கண்கள்

திறந்து அவர் அந்தச் சொற்களைச் சொல்வார் என்பது தெரியவில்லை. அசையாமல் கிடந்தார். சற்றுத் தள்ளி இருந்த நாற்காலிகளில் நானும் பாண்டியனும் உட்கார்ந்து, நோய்கள் பற்றியும் முதுமை பற்றியும் பேசிக்கொண்டிருந்தோம். "அந்தக் காலத்தில் முதுமக்கள்தாழி என்று ஒன்று இருந்தது. முதுமையடைந்தவர்களை அதற்குள் வைத்து மண்ணுக்குள் புதைத்துவிடுவார்கள். தற்காலத்தில் அது கருணையற்ற செயல். இப்போது அவ்வாறு செய்ய சட்ட அங்கீகாரம் கிடையாது" என்றான் பாண்டியன். நான் பொன்னனையாள் பற்றிக் கேட்டேன். "திருவிளையாடற் புராணத்தில் வரும் ஒரு படலத்தில் இந்தப் பொன்னனையாள் வருகிறார். புஷ்பவனேஸ்வரர் கோயில் சம்பந்தப்பட்ட படலம் அது. அந்தக் கோயில் திருப்புவனத்தில் உள்ளது" என்றான்.

2

பொன்னனையாள் எனும் உருத்திரக்கணிகையர் குலப் பெண் இரவு இருள் நீங்கும் முன் எழுந்து நீராடி நாயனார் அடி அர்ச்சனையும் நியமும் நடத்தி அடியார்களுக்கு இன்சுவை ஊன் அளித்து எஞ்சியது அருந்துவதை நியமமாகக் கொண்டவள். சித்தர் வடிவில் சிவன் தோன்றி நகை அரும்ப நின்று அருட்கண்ணால் நோக்க, அவள் அருள்வலைப்பட்டாள். மாவடு நேர் விழியாய், பெரு வனப்பினைத் தாங்கும் உன் இடை இளைத்ததன் நோக்கம் என்ன என அவர் வினவ, முகிழ் முலைக்கொடி தாழ்ந்து அடியேனுக்கு மெலிவு இல்லை, என் நாயகன் சிவன் திருவுருவை பொன்னில் காண ஆசையாய் மனத்தில் உருச் சமைத்தனன். வருபொருள் அனைத்தும் பூசைக்கும் பசித்தோர் உண்டிக்கும் போக மிஞ்சியது ஏதுமில்லை என்று பதிலுரைத்தாள். செல்வம், மெய், இளமை நிலை இல்லாதவை என அறிந்த துணிந்த பெண்ணே, உன் வசம் உள்ள உலோகங்கள் அனைத்தையும் கொணர்க, அவை அனைத்தும் பொன்னாய் மாறும் ரசவித்தை பயன் அளிக்கக் காண்பாய் என்ற சித்தர் அவ்வாறே செய்து சிறந்த மாடங்கள் கொண்ட மதுரையை நோக்கி மறைந்து போயினார்.

பொன் கொண்டு செய்த சிவனின் வடிவ வனப்பினை நோக்கி அழகிய பிரானோ எனக் கூவி அள்ளி முத்தம் கொண்டு அன்பில் ஆட்பட்ட பிரானை பிரதிஷ்டை செய்து தேர் நடாத்தினாள், பொன்னனையாள்.

நையும் நுண் இடையுடைய பொன்னனையாள், நாயகனின் கபோலத்தில் இட்ட நகக்குறி பொன்னில் படிந்து மின்னியது. சிவன், நடராஜன் வடிவமெடுத்து திருவடிச் சிலம்புகள்

கலீர் கலீரென, திருமுடி நீல ஒளி பளீர் பளீரென, திமி தக திரிகிட தோம் என மத்தளம் அதிர, சிவகாமி மணாளனாகத் திருச்சிற்றம்பலம் தனில் புன்னகையோடு இடதுபாதம் தூக்கி ஆட பொன்னனையாள் வீடு பேறடைந்தாள்.

3

பாண்டியனின் தந்தை மரணம் அடைந்துவிட்டார். சில நாள்கள் கழித்து, தந்தையின் விருப்பப்படி, பொன்னனையாளை வீட்டில் ஆவாஹனம் செய்து புதுச்சேலை, பண்டங்கள் படைத்து பாண்டியன் குடும்பத்தார் வணங்கினார்கள். நான் சென்றிருந்தேன்.

வல்லினம் இணைய இதழ், மார்ச் 2024

●

3

கனவுக் காட்சி

இப்படி ஒரு கனவு வரும் என்று நான் நினைக்கவில்லை. என்னுடைய கல்லூரிப் பருவத்தில் நான் விரும்பிய ரஞ்சிதாவைக் கனவில் கண்டேன். கனவினூடே நான் பெரும் பரவசத்தை உணர்ந்தேன். அவளின் அம்மாவும் ஒரு தருணத்தில் வந்தார். ரஞ்சிதாவைக் காதலித்தேன். அவள் காதலித்தாளா என்று தெரியவில்லை. அவள் கல்லூரிக்குச் செல்லும்போது நான் சாலையில் நின்று பார்ப்பேன். அவள் என்னைப் பார்ப்பாள். இதைத்தவிர வேறு தொடர்பில்லை. இதைக் காதல் என்று எப்படிச் சொல்ல முடியும். அவளுக்குப் படிக்கும்போதே திருமணமாகி விட்டது. தூரத்து உறவு என்பதால் திருமணத்திற்குச் சென்றிருந்தேன். திருமணப் பத்திரிகை கிடைத்த நாளிலிருந்தே மன அமைதி இழந்திருந்தேன். சோகக் களையுடன் அவள் திருமணத்தில் இருந்தேன். அவள் சிரிப்புடனும் அடங்காத மகிழ்ச்சியுடனும் இருந்தாள். ஏன் இப்படி சிரித்துக்கொண்டே இருக்கிறாள் என்று எனக்குத் தோன்றியது. நான் முகம் வெளிறிப்போய் நாற்காலியில் உட்கார்ந்து பார்த்துக்கொண்டிருந்தேன்.

அந்தக் கூட்டத்தில் அவள் என்னைப் பார்க்கவில்லை. என்னை அவள் மனதில் நினைத்திருந்தால் அல்லவா என்னைத் தேடியிருப்பாள். அவளின் திருமணத்திற்குப் பின் சில நாட்கள் நடைபிணம் போல இருந்தேன்.

இப்போது பலப்பல வருடங்கள் கழித்து அவள் எதற்காக, எப்படிக் கனவில் வந்தாள் என்று

என் உளவியலை ஆராய்ந்தேன். ஒன்றும் புலப்படவில்லை. அந்தக் கனவில் நான் அவள் மடியில் படுத்திருந்தேன். அவள் என் தலைமுடியைக் கோதிக்கொண்டிருந்தாள். என் மனைவியின் மடியில் நான் தலை வைத்துப் படுத்ததில்லை. அதற்கெல்லாம் அவள் கூச்சப்படுவாள். நானும் அதற்கு முயன்றதில்லை. எனக்கும் அந்த ரொமான்ஸ் கூச்சத்தைத் தரும் என்பதால் அதற்காக முயலவில்லை. ஆனால் கனவில் ரஞ்சிதாவின் மடியில் படுத்திருக்கிறேன். அவ்வளவு ஆதரவாகவும் பாதுகாப்பாகவும் உணர்ந்தேன்.

இந்தக் காட்சிக்கு இடையில் வேறு ஒரு காட்சி கனவில் வந்தது. நானும் ரஞ்சிதாவும் அருகருகே உட்கார்ந்திருந்தோம். ரஞ்சிதாவின் அம்மா எனக்குக் காபி கொடுத்தார். அவர் இப்போது உயிரோடு இருக்க வாய்ப்பில்லை. ஏன், ரஞ்சிதாவே உயிரோடு இருக்கிறாளா இல்லையா என்பது தெரியவில்லை. ஆனால் கனவில் வருகிறாள். திரும்பவும் நான் ரஞ்சிதாவின் மடியில் தலை வைத்துப் படுத்திருக்கும் காட்சி.

நான் கனவில் எழுந்து உட்கார்ந்திருந்தேன். "நல்லா யிருக்கியா" என்று அவளைப் பார்த்துக் கேட்கிறேன். அவள், "நான் நல்லாயிருக்கேன். நீங்க நல்லாயிருக்கீங்களா" என்று கேட்கிறாள். "நல்லாயிருக்கேன்" என்று சொல்லி அவள் மடியில் மீண்டும் படுத்துக்கொண்டேன்.

பிறகு வந்த காட்சியில் சிமெண்ட் தளம் போட்ட கிணற்றடியில் நின்று நானும் ரஞ்சிதாவும் பேசிக்கொண்டிருக்கிறோம். அது போன்ற கிணற்றடியை நான் நிஜ வாழ்க்கையில் பார்த்ததில்லை.

இதன் பிறகு வந்த காட்சியில் காடு போல செடி, மரங்கள் உள்ள பாதைத் தெளிவற்ற இடத்தில் செடிகளை விலக்கி நான் மட்டும் ஓடிக்கொண்டிருக்கிறேன். வானத்தில் ரஞ்சிதா தோன்றுகிறாள். அவளைப் பார்த்து நிற்கிறேன், கனவு கலைகிறது.

'ரஞ்சிதா இறந்துவிட்டாளோ' என்ற எண்ணம் எனக்கு ஏற்பட்டது. தாங்க முடியாத துக்கம் ஏற்பட்டு என் கண்களில் நீர் வழிந்தது.

"தாத்தா ஏன் அழுவுறீங்க. அம்மா காபி போடவான்னு கேக்குது" என்றாள் என் பேத்தி. "ஒண்ணுமில்லை. ஏதோ பழைய ஞாபகம். காபி போடச் சொல்லு" என்றேன்.

வல்லினம் இணைய இதழ், மார்ச் 2024

●

சுரேஷ்குமார இந்திரஜித்

4

பாதாளம்

ஒரு உதவி இயக்குநரின் உதவியோடு அன்றைய படப்பிடிப்பைக் காணச் சென்றிருந்தேன். ஒரு காலத்தில் அழகான தோற்றத்துடன் மெலிந்து அழகாக இருந்த அந்த நடிகை தன் அழகை இழந்த நிலையிலிருந்தார். முகம் உப்பியிருந்தது. எனக்குப் பரிதாபமாக இருந்தது. அவர்தான் இந்தப் படத்தின் கதாநாயகி. தயாரிப்பாளரும் அவர்தான். பெரிதாக நஷ்டப்பட்டு எல்லாவற்றையும் இழந்துவிடுவார் என்று நினைத்தேன். என்னைப் போன்றே வேறு சிலரும் உணர்ந்து அவரிடம் சொல்லியதை அவர் பொருட்படுத்தவில்லை என்பதை உதவி இயக்குநர் மூலம் அறிந்தேன்.

அன்று கதாநாயகி சோகமாகத் தனியாகப் பாடும் காட்சியைப் படமாக்க வேண்டும். அவர் முகக்களையே சோகமாக இருந்தது. பாடல் காட்சிக்காக அவர் முக தோரணையை மாற்ற வேண்டியதில்லை. பெரிய நடிகை. பலவிதமான பாத்திரங்களில் நடித்திருக்கிறார். ஆனால் தன்னுடைய உண்மையான நிலையை அவர் அறியவில்லை. ஏதோ அதிர்ஷ்டம் வந்து தன்னை முன்னேற்றிவிடும் என்று நினைத்திருப்பார். தவிர இந்தப் படம் தெலுங்கில் வெற்றிகரமாக ஓடிய படம். அதனால் ஜெயித்துவிடும் என்று நினைத்திருப்பார்.

பாடல் காட்சியை குளோசப், லாங்ஷாட், நடந்து செல்லும் காட்சி, நிற்கும் காட்சி என்று பல கோணங்களில் படமாக்கினார்கள். சுமார்

இரண்டு மணிநேரத்துக்கு மேல் ஆகியது. உதவி இயக்குநர் என்னை நடிகைக்கு அறிமுகப்படுத்தவா என்று கேட்டார். "என்னை யார் என்று அறிமுகப்படுத்துவாய்" என்று கேட்டேன். "எழுத்தாளர் என்று அறிமுகப்படுத்துவேன்" என்றான்.

"வேண்டாம். எந்தப் பத்திரிகையில் எழுதுகிறார் என்று கேட்பார். அவருக்குத் தெரிந்த பத்திரிகைகளுக்கும் எனக்கும் சம்பந்தமில்லை. நான் எழுதும் பத்திரிகைகளைக் கூறினால் அவர் அவை பற்றி அறியாமல் என்னை மட்டமாக நினைக்கக்கூடும். என்னை ஜோசியர் என்று அறிமுகப்படுத்து. கைரேகையும் பார்ப்பார் என்று கூறு. அவர் என்மீது ஆர்வம் கொள்ளக்கூடும்" என்றேன்.

அவர் அவ்வாறே சென்று கூறினார். நடிகை ஆர்வத்துடன் என்னைப் பார்த்தார். உதவி இயக்குநர் என்னை அழைத்தார். நடிகை சிரித்த முகத்துடன் என்னைத் தன்னுடன் உள் அறைக்குக் கூட்டிச் சென்றார். உதவி இயக்குநரை வெளியே இருக்கச் சொன்னார்.

அறையில் நாங்கள் இருவரும் எதிர்எதிரே பார்த்து உட்கார்ந்திருந்தோம். அவர் தன் உள்ளங்கையை நீட்டினார். நான் ரேகைகளைப் பார்த்தேன். நான் ஆசைப்பட்ட அவர் விரல்களைப் பற்றி நன்றாக விரித்துப் பார்த்தேன்.

"நீங்கள் மகாராணி. நீங்கள் தொட்டதெல்லாம் துலங்கியது. நீங்கள் இந்தத் திரை உலகை ஆட்சி செய்தீர்கள். நம்பர் ஒன்னாக இருந்தீர்கள்..." நான் சொல்வதை அவர் புன்னகையுடன் கேட்டார்.

நான் தொடர்ந்தேன். "ஆனால் மனுஷாளுக்கு எப்போது துரதிர்ஷ்டம் வரும் என்று தெரியாது. நாம் எப்படி மாறி யிருக்கிறோம் என்று நமக்குத் தெரியாது. கிழக்கிலிருந்த கிரகம் உங்களுக்கு மேற்கே வந்துவிட்டது. செய்யும் காரியத்தில் வெற்றி கிடைப்பது சிரமம். அதிர்ஷ்டம் நிலையானது அல்ல. ஒரு கட்டத்தில் நீங்கள் திரையுலகிலிருந்து வேறு தொழிலுக்குச் சென்றிருக்க வேண்டும். கிரகநிலை மீண்டும் கிழக்கில் நிலை கொண்டிருக்கும். இப்போது லாப நோக்கு சிரமத்தில் இருக்கிறது..." என்றேன்.

அவர் முகம் இறுகியிருந்தது. இந்தப் படம் எடுத்து மாட்டிக்கொண்டோம் என்பதை அவர் உணர்வது போலிருந்தார்.

"இந்தப் படத்தை இத்துடன் நிறுத்திப் போனது வரை நஷ்டம் என்று நினைத்தால் மீண்டு வர முடியுமா" என்று கேட்டேன்.

"இல்லை. நிறைய பணம் செலவழிந்துவிட்டது. கடனும் வாங்கியாகிவிட்டது. இடையில் நிறுத்தினாலும் நான் தப்பிக்க முடியாது. படத்தை முடித்து அதிர்ஷ்டத்தை நம்பி இருக்க வேண்டியதுதான். ஒரு வேளை அதிர்ஷ்டம் இருந்தால் நல்ல மேம்பட்ட நிலைக்கு வந்துவிடுவேன்" என்றார்.

"உங்களுக்கு அதிர்ஷ்டம் கிட்டட்டும். தினமும் தானம் செய்யுங்கள். சிறிய அளவு போதும்" என்றேன்.

"நீங்கள் சொன்னபடி செய்கிறேன்" என்று கலங்கிய கண்களுடன் நடிகை சொன்னார். நாங்கள் இருவரும் அறையிலிருந்து வெளியே வந்தோம். அவர் அடுத்த டேக்குக்குத் தயாரானார். மேக்கப் பெண் வந்து நடிகைக்கு மேக்கப்பைச் சரிசெய்தார்.

உதவி இயக்குநர் என்னிடம் வந்து, "மீண்டும் அதிர்ஷ்டம் வந்து நல்ல நிலைக்கு அவர் வருவாரா" என்று கேட்டார்.

"அவர் படுபாதாளத்தில் விழப்போகிறார். அவர் மனதின் உள்ளுணர்வு அவருக்கு இந்தச் செய்தியைச் சொல்லிக் கொண்டே இருப்பது அவர் முகத்தைப் பார்த்தாலே தெரிகிறது" என்றேன்.

நான் கணித்தபடியே நடிகை படுபாதாளத்தில், எழ முடியாதவாறு விழுந்து இறந்தார்.

வல்லினம் இணைய இதழ், மார்ச் 2024

•

5

அபூர்வ கணம்

மேடையில் பாடகி பாடிக்கொண்டிருந்தாள். நான் பாட்டையும் கேட்டுக்கொண்டிருந்தேன். அவளையும் பார்த்துக்கொண்டிருந்தேன். இருபத்தைந்து வயதிருக்கும். திருமணமாகி யிருந்தது என்பதைக் கூந்தல் வகிட்டில் இட்ட குங்குமத்திலிருந்தும் அணிந்திருந்த செயினி லிருந்தும் அறிந்தேன். செயின் தாலிச் செயினாக இருக்க வேண்டும். விறைப்பான செயின். மடக்க முடியாது. தொங்கும் செயின் அல்ல. விறைப்பாக இருந்ததினால் பிடரியில் படியவில்லை. தோளில் கிடந்து இறங்கியிருந்தது. கழுத்தில் தங்கம் இல்லாத நாகரிக நெக்லஸ். பாடும்போது கையைத் தூக்கினால் சிலருக்கு வயிறு தெரியும். அவள் சேலை அணிந்திருக்கும் விதத்தில் முந்தானை விலக வாய்ப்பில்லை. ரவிக்கையும் வயிற்றுப் பகுதியை மறைக்கும் விதத்தில் அணிந்திருந்தாள். வலது கையில் தங்க வளையல். இடது கையில் வாட்ச். மூக்கு நுனியில் துவாரங்களுக்கு இடையில் தொங்கவிடும் புல்லாக்கு ஆபரணத்தை அணிந்திருந்தாள். வலது கையினால் தொடையில் தட்டிப் பாடினாள். தொடையில் உள்ளங்கையி னால் ஒரு தட்டு, பின் புறங்கையினால் ஒரு தட்டு. உள்ளங்கையினால் தட்டும்போது புறங்கையில் ஒரு எமோஜியைப் பச்சைக் குத்தியிருந்தது தெரிந்தது. உள்ளங்கையை ஒட்டிய மணிக்கட்டுப் பகுதியில் பச்சை குத்தியிருந்தது என்ன என்று

அறிய முடியவில்லை. ஏதோ பெயர் போலத் தெரிந்தது. இடது கையிலும் வலது கை போலவே பச்சை குத்தியிருந்தாள்.

அவள் தொடையில் தட்டித் தாளம் போட்டுப் பாடிக் கொண்டிருந்தபோது தடித்த கொசு ஒன்று அவளைச் சுற்றி வந்தது. அந்தக் கொசு அவள் முகத்தருகே செல்லவில்லை. தாளம் போட்டுக்கொண்டிருந்ததால் தொடைக்கும் கைக்கும் இடையே கொசு சிக்கி நசுங்கி மரணமடையும் சந்தர்ப்பத்தை எதிர்பார்த்திருந்தேன். கொசு லாகவமாகத் தாள அடியில் மாட்டாமல் சுற்றி வந்தது. முகத்திற்கு நேராக வந்தால் பாடுவதில் இடைஞ்சல் நேருமே என்று யோசித்தேன். ஆனால் கொசு அவள் உடம்பைச் சுற்றி வந்ததே தவிர முகத்தைச் சுற்றிவரவில்லை. தாளத்தில் கொசு அடிபட்டு மரணமடைந்தால் அது அபூர்வ தருணமாக இருக்கும். அப்படி நடக்காது போல் இருந்தது.

திடீரென்று கொசு அவளைச் சுற்றி வரும் பாதைகளை மாற்றி என்னை நோக்கி வந்தது. என் முகத்தருகே வந்ததும் நான் இரண்டு கைகளாலும் தட்டினேன். கொசு கைகளுக்கு இடையே மாட்டி மரணமடைந்ததை உணர்ந்தேன். நான் தட்டியது அவள் பாட்டின் ஓர் அபூர்வ தருணத்தில் என்பதால் தட்டும் சத்தம் கேட்டதும் என்னைத் திரும்பிப் பார்த்தாள். அது ஓர் அபூர்வ கணம்தான்.

அகழ் இணைய இதழ், 31 மார்ச் 2024

6

குடும்பப் பெண்

சரவணன் காரை நிறுத்தினான். நெடுஞ்சாலையில் இருந்த டீக்கடையை நோக்கிச் சென்றான். டீ சொன்னான். உள்ளே சென்று சேரில் உட்கார்ந்தான். டேபிளில் ஈக்கள் பறக்கவில்லை. இதுபோன்ற டீக்கடைகளில் ஈக்கள் அசூயை ஏற்படுத்தும். இங்கு அவ்வாறு இல்லை. சற்று நேரத்தில் ஒரு பெண் டீ கொண்டுவந்து வைத்தாள். முப்பது வயதிருக்கும். கோட் அணிந்திருந்தாள். பெரும்பாலான சாலையோர ஹோட்டல்களில் பெண்கள் கோட் அணிந்து பார்த்திருக்கிறான்.

"இந்த ஹோட்டலில் என்ன கிடைக்கும்."

"சாப்பாடு கிடைக்கும் ஸார். இப்ப சாப்பாடு முடிந்துவிட்ட நேரம். இன்னும் ஒரே மணிநேரம் கழித்து தோசை, வடை ரெடியாகிவிடும் ஸார்."

"நீங்கதான் சமையல் பண்றீங்களா."

"இல்லை ஸார். நான் சப்ளையர்."

"இப்ப பெண்கள் எல்லா இடத்திலேயும் இருக்காங்க. ஹோட்டல்லே இருக்காங்க. பெரிய ஹோட்டல் ரிசப்சனிலே இருக்காங்க. ஆட்டோ ஓட்றாங்க. போலீஸா இருக்காங்க. ஆபீசரா இருக்காங்க. அந்தஸ்து கூடியிருக்கு. எல்லா இடத்துலேயும் இருக்காங்க."

"ஆமா ஸார்."

“முன்னாடி ஆண்கள் சம்பாதிச்சு கொண்டு வர்ற பணத்தை அண்டித்தான் பெண்கள் இருக்க முடியும். இப்ப அப்படி இல்லை. பெண்களும் சம்பாதிக்கிறாங்க. நீங்க சம்பாதிக்கிறதை வூட்டுக்காரர் புடுங்கிட்டுப் போறாரா.”

“அப்படி இல்லை ஸார். ரெண்டு பணத்தையும் வைச்சு, அது ஒரு செலவுன்னா நான் ஒரு செலவுன்னு பண்ணிக்கிறோம்.”

“உங்க வூட்டுக்காரரு என்ன பண்றாரு.”

“பெயிண்ட் அடிச்சுக்கிட்டிருந்தது. நெஞ்சடைப்பு வந்துருச்சு ஸார். இருதயத்துக்கு வர்ற குழாயிலே அடைப்புன்னு அதை எடுத்துவிட்டாங்க. பெரியாஸ்பத்திரிக்குக் கொண்டுபோய் வைத்தியம் பண்ணினோம். என்னாலே வேலைக்குப் போக முடியலை. நகையை அடகு வைச்சு செலவு பண்ணினோம். நகையை இன்னும் மீக்க முடியலை.”

“பெரியாஸ்பத்திரியிலே இலவசமாத் தானே பண்றாங்க.”

“எங்கே ஸார் . . . அதுக்கு இதுக்குன்னு செலவாயிருது. சாப்பாட்டுச் செலவும் இருக்கு.”

“இப்ப வேலைக்குப் போறாரா.”

“எங்கே ஸார்... படுத்தே கிடக்கு வேலைக்குப் போறதில்லை. நெஞ்சை அடைக்குதுன்னு சொல்லுது.”

“நெஞ்சைத் திறந்து ஆபரேசன் பண்ணினாங்களா.”

“இல்லை ஸார். அடைப்பை எடுத்துவிட்டாங்க.”

“அதுக்கு எதுக்குமா இவ்வளவு பாடு. நெஞ்சைத் திறந்து ஆபரேசன் பண்ணினதுங்க எல்லாம் வேலை பாத்துக்கிட்டுத் திரியறாங்க. அடைப்பை எடுத்துவிட்டதாலே உடம்பு வலு இல்லாமப் போச்சுன்னு சொல்றீங்களே.”

“அதுக்கு முடியலை ஸார். வேலை பாக்க சத்து இல்லை. நெஞ்சடைக்குதுன்னு சொல்லுது.”

“பயந்தான் காரணம். பயப்படாம இருக்கச் சொல்லுங்க. புள்ளைங்க எத்தனை. நீங்க வேலைக்கு வந்திர்றீங்க. ராத்திரி தானே போக முடியும்.”

“நான் இங்கே சாப்டுக்குவேன். புள்ளைகள்ல ஒருத்தி எட்டாவது படிக்குது. இன்னொருத்தி நாலாவது. ஸ்கூல்லே சாப்பாடு கொடுக்கறாங்க. என் வூட்டுக்காரர் கஞ்சிதான் விரும்பிக் குடிக்கிறாரு. வூட்லே அத்தை இருக்கு பாத்துக்குரும்.”

டீயைக் குடித்து முடித்திருந்தேன். "நான் கிளம்புறேன். டிப்ஸ் கொடுத்தா வாங்கிக்குவீங்களா."

"வாங்கிக்குவேன் ஸார்."

அவன் நூறு ரூபாய் நோட்டைப் பர்ஸிலிருந்து எடுத்துக் கொடுத்தான். திரும்பிப் பார்க்காமல் ஹோட்டலை விட்டு வெளியேறி காரில் உட்கார்ந்து முன்னால் இரு சக்கர வாகனம் இருந்ததால் ரிவர்ஸ் எடுத்தான். பின்னால் திரும்பிப் பார்த்தான். அந்தப் பெண்ணிடமிருந்து ஹோட்டல் முதலாளி பணத்தை வாங்குவதைப் பார்த்தான். அவன் காரை ஓட்டிச் சென்றான்.

அகழ் இணைய இதழ், 31 மார்ச் 2024

7

நாட்டியக்காரி

மங்கிய ஒளியில் மொட்டை மாடியில் அவள் உலவுவதைக் கண்டேன். அவளுக்கு நடுத்தர வயது. தெலுங்கு பேசுபவர்கள். சொந்த வீடு. இரண்டு முதிய பெண்கள் அவளுடன் வசிக்கிறார்கள். வேலைக்காரப் பெண் உண்டு. இந்த ஏரியாவில் இரண்டோ மூன்றோ வீடுகள் சொந்தமாக அவளுக்கு இருந்தது. அவள் பெயர் கங்காதேவி. எதிர் வீட்டில் இருக்கும் எனக்கு மொட்டை மாடி காம்பவுண்டுச் சுவர் மறைப்பதால் அரை உருவம் தெரிந்தது.

அகன்ற இடுப்பும் மெலிந்த இடையும் மை தீட்டிய பெரிய விழிகளும், மஞ்சள் நிறமும் கொண்ட அவளின் முக வசீகரத்தையும் வடிவத்தையும் விவரிக்க இயலாது. அவள் ஒரு காலத்தில் நாட்டியக்காரியாக இருந்தாள். ஆந்திராவில் பிரபலமாக இருந்தாள். தமிழ்நாட்டிலும் கலை ஈடுபாடு உள்ளவர்களால் அறியப் பட்டவள். ஒருநாள் அவள் வீட்டு வாசலில் பெரிய கார் வந்து நின்றது. நான் ஜன்னல் வழியாகப் பார்த்தேன். அவர் பிரபலமான பாடகர். தென்னிந்தியா முழுவதும் தெரிந்த பாடகர். கர்நாடக இசையை அவரின் சிறு வயதில் இருந்தே பாடியவர். சினிமாப் பாடல்கள் பாடியிருக்கிறார். சற்று வயதானவர். காத்திரமான குரல் உள்ளவர். சபாக்களின் மதிப்பிற்குரியவர். ஊதியம் அதிகம் கேட்பவர். கங்காதேவி வாசலுக்கு வந்து கார்க் கதவைத் திறந்துவிட்டாள். அவர் காரிலிருந்து

இறங்கினார். வியப்பும் மகிழ்ச்சியும் பரவசமும் கலந்த சிரிப்பில் அவள் முகம் மலர்ந்திருந்தது. காதுகளில் அணிந்திருந்த ஜிமிக்கிகள் ஆடின. மூக்குத்தி மின்னியது. இது ஓர் அற்புதமான காட்சி. வீட்டிற்குள் பாடகர் நுழைந்தார். அந்த வீட்டின் பெரிய ஹாலின் ஒரு புறத்தில், அகலமான ஊஞ்சல் தொங்கிக் கொண்டிருப்பதாகப் பிறர் சொல்லி நான் அறிந்திருக்கிறேன்.

சற்று நேரத்தில் பாடகரின் பாட்டு "ஜெகதோ தாரணா" என்று ஒலித்தது. உச்சஸ்தாயி பாட்டு. அடிவயிற்றிலிருந்து பாடினார். இந்தப் பாட்டை கங்காதேவியின் முன்னால் பாடுவதுபோல இதற்கு முன் அவர் பாடியிருக்க வாய்ப்பில்லை. கங்காதேவி கண்களை ஓரத்திற்குக் கொண்டுசென்று அவரைப் பார்த்துக்கொண்டிருக்கலாம். எனக்கு இருப்புக் கொள்ளவில்லை. உள்ளே போக முடியாது. வெளியேயிருந்து பார்க்கவும் வழியில்லை.

பிறகு அந்தப் பாடகர் அடிக்கடி வர ஆரம்பித்தார். சில நாட்களில் பாடுவார். பிறகு அடிக்கடி வந்து தங்கிச் செல்வார். அதன் பிறகு வாரக்கணக்கில் தங்கினார்.

பெண் துணை இல்லாதிருந்த சபலப்புத்தியுடன் இருக்கும் எனக்கு என் வாழ்க்கை விரயமானது என்று தோன்றும். ஒருநாள் நான் தங்கியிருந்த வீட்டு வாசலில் நின்றிருந்தேன். வாசலில் கங்காதேவி நின்று தெருவின் இரு பக்கங்களையும் பார்த்துக்கொண்டிருந்தாள். என்னைப் பார்த்தவள் சற்று தயங்கி அழைத்தாள். நான் சென்றேன்.

"வேலைக்காரி வரவில்லை. வழக்கமாகப் பால் பாக்கெட் போடுபவனும் இன்று போடவில்லை. எனக்கு ரெண்டு பால் பாக்கெட் வாங்கித்தர முடியுமா" என்றாள்.

நான் தலையாட்டினேன். பணத்தை வாங்கிக்கொண்டு, இரு சக்கர வாகனத்தை எடுத்துக்கொண்டு பால் பாக்கெட் வாங்கச் சென்றேன். வாங்கித் திரும்ப வந்தேன். கங்காதேவி வாசலில் இல்லை. கேட்டைத் திறந்தேன். வாசல் கதவின் முன் நின்று தட்டினேன். சற்று நேரத்தில் கதவு திறந்தது. வயதான பெண் நின்றிருந்தார். ஹாலில் ஊஞ்சலில் ஆடிக்கொண்டிருந்த கங்காதேவி ஊஞ்சலை நிறுத்தி என்னிடமிருந்து பால் பாக்கெட்டை இரு கைகளாலும் வாங்கிக்கொண்டு "தேங்கஸ்" என்றாள்.

"நான் அந்தப் பாடகரின் ரசிகன்" என்றேன்.

"பாடுவேளா."

"இல்லை. பாடத் தெரியாது. கேட்பேன்."

"என்ன செய்கிறீர்கள்."

இசையமைப்பாளரின் பெயரைச் சொல்லி அவருக்கு உதவியாளனாக இருப்பதாகச் சொன்னேன். அவள் முகம் மாறியது.

"அவனுக்கு இன்னும் வாதம் வரவில்லையா" என்றாள்.

என்ன பதில் சொல்வது என்று தெரியாமல் நின்றேன்.

"'வஞ்சகனின் உடல் எல்லாம் வாதம் வர வேண்டாமா' என்று ஒரு பாட்டு உள்ளது தெரியுமா" என்றாள். பிறகு, "உங்க உதவிக்கு ரொம்ப நன்றி" என்றாள். நான் அவள் வீட்டுப் படியிறங்கி நான் குடியிருந்த வீட்டுக்கு வந்தேன்.

ஒரு வஞ்சகனின் கீழ் நான் வேலை பார்த்துக்கொண் டிருப்பதை நினைத்து வருந்தினேன்.

அகழ் இணைய இதழ், 31 மார்ச் 2024

8

என் பெயர் கம்ரன்

பேரரசர் ஹுமாயூன் தம்பி கம்ரன் என்ற நான் குருடனாக மெக்காவை நோக்கிச் சென்று கொண்டிருக்கிறேன். என்னுடன் எனக்கு நம்பிக்கையான பரிவாரங்கள் வருகின்றன. பரிவாரங்களில் நம்பிக்கையற்றவர்கள் இருந்தாலும் என்னைக் கொன்று அடையக்கூடிய ஆதாயங்கள் ஏதுமில்லை. நான் ராஜ்யமற்றவன். பேரரசரின் கருணையால் மெக்காவிற்குச் செல்ல அனுமதிக்கப்பட்டிருக்கிறேன். என் மன உளைச்சலைத் தீர்த்துக்கொள்ளவும் என் பாரத்தை இறக்கி வைக்கவும் என் மனதைத் தூய்மை கொள்ளவும் மெக்கா பயணத்தைத் தேர்ந்தெடுத்தேன். உடல்நலம் அடிக்கடி பாதிக்கப்படுகிறது. கண் தெரியாததால் இருளின் உலகத்தில் இருக்கிறேன்.

என் சகோதரர் பேரரசர் ஹுமாயூனை எதிர்த்து ஷெர்ஷா சூரி போரிட்டபோது அவர் என் உதவியை எதிர்பார்த்தார். நான் உதவி செய்யவில்லை. நானும் என் இன்னொரு சகோதரன் அஸ்கரியும் அவரை வெறுத்தோம். காபூல் என் கட்டுப்பாட்டில் இருந்தது. ஷெர்ஷாவினால் தோற்கடிக்கப்பட்டு நாடு இழந்து என் சகோதரர் ஹுமாயூன் அலைந்துகொண்டிருந்தபோது ஹுமாயூனின் மாற்றாந்தாய் மகன் அவருடன் இணைந்துகொண்டார். அவர் பெயர் ஹிந்தால்.

ஹிந்தாலின் ஆசிரியரின் மகள் ஹமிதாவை ஹுமாயூன் மணந்துகொண்டார். ஓராண்டுக்குப்பின் கோடைக்காலத்தின் உச்சத்தில் தார் பாலைவனத்தைக் கடந்து சிந்துவை அடைந்தனர். அங்குள்ள அமரக்கோட்டையில் அக்பர் பிறந்தார். குழந்தையையும் மனைவியையும் கந்தகாரில் விட்டுவிட்டு ஈரான் மன்னரைச் சந்தித்து அவரின் உதவியை நாடினார். மன்னர் கொடுத்த நிதியையும் படையையும் கொண்டு என்னையும் சகோதரர் அஸ்கரியையும் ஹுமாயூன் தோற்கடித்தார். அடுத்த எட்டு ஆண்டுகள் காபூலை மீட்க முயற்சி எடுத்தேன். கடைசியாக நடந்த போரில் கைது செய்யப்பட்டேன்.

என்னைக் குருடாக்கும்படி சகோதரர் ஹுமாயூன் ஆணையிட்டார். என் உடலின் வலுவையெல்லாம் திரட்டி இறைவனை அழைத்து, என்னைக் கொன்றுவிடும்படி ஹுமாயூனிடம் கெஞ்சினேன். நான் இறைவனின் பெயரால் எவ்வளவோ மன்றாடியும் அவர் மனம் இரங்கவில்லை. அப்போது நான் என் கண்கள் குருடாக்கப்படும்போது என் வலியை வெளிக்காட்டிக்கொள்ளக் கூடாது என்ற வைராக்கியத்தை இறைவனின் பெயரால் எடுத்துக்கொண்டேன்.

என் கண்கள் குருடாக்கப்பட்டன. சாட்சியாக இருந்தவர்கள் என் வைராக்கியத்தைக் கண்டு அதிசயித்ததைக் காண என்னால் இயலவில்லை. நான் இருளில் வீழ்ந்தேன். இருளே என் வாழ்க்கையானது. பேரரசரைச் சந்திக்க விரும்பினேன். நடக்கவேயில்லை. காலங்கள் கடந்தன. என் குரல் கேட்டு இறைவன் பேரரசரிடம் சொன்னதாலோ என்னவோ நான் பேரரசரைச் சந்திக்கக் கொண்டு போகப்பட்டேன்.

எங்கும் இருள். பேரரசரின் குரல் ஒலித்தது. "என்ன வேண்டும்."

நான் பேரரசரின் பட்டங்களையும் மனப்பாடம் செய்து வைத்திருந்த துதிகளையும் குரல் வந்த திசையைப் பார்த்துக் கூறினேன். பிறகு, கடைசியாகக் கூறினேன், "என்னால் ஏதும் செய்ய இயலாது. கண்கள் இல்லை. இருளில் வாழ்கிறேன். தங்களை எதிர்த்த பாவத்திற்குப் பிராயச்சித்தமாக மெக்கா செல்ல பேரரசர் அனுமதிக்க வேண்டும்."

இருளில் வார்த்தைகள் ஒலித்தன. "மெக்கா செல்ல அனுமதி வழங்கப்படுகிறது." நான் அவரை வாழ்த்தி ஏதோ சொன்னேன். அவர் சென்றுவிட்டார் என்பதை என் புலன்களால் அறிந்தேன்.

அபூர்வ கணம்

அவ்வாறே மெக்காவுக்குச் சென்றுகொண்டிருந்த நான் உடல்நலமில்லாமல் மூச்சுவிடச் சிரமப்பட்டுச் கூடாரத்தில் இருந்தேன். ஏனோ அப்போது நான் சொன்னேன், "இறைவன் எப்போதும் மன்னிப்பவன்." இருளை உணர முடியாதவனாக என் மூச்சு நின்றது.

அகழ் இணைய இதழ், 31 மார்ச் 2024

●

9

வெள்ளி நிலா

வெள்ளி நிலா என்று சொல்லி அம்மா நிலாவைக் காண்பித்துச் சோறூட்டுவாள். இந்நிகழ்வு மட்டும் அவன் நினைவில் பதிந்துள்ளது. மேகத்திற்கிடையே நிலவு மிதந்து செல்லும்போது, "அதோ பாரு வெள்ளி நிலா. அந்த நிலவுலே பாட்டி உட்கார்ந்திருப்பது தெரியுதா" என்பாள். அவன் வாயில் பால்சோற்றை அந்த நேரத்தில் ஊட்டிவிடுவாள். கொல்லைப்புறத்தில்தான் சோறு ஊட்டுவாள். அரை இருளாக அந்த இடம் இருக்கும். சற்றுத்தள்ளி கிணறு. பக்கத்தில் துணி துவைக்கும் கல். மரங்கள்.

அவனுக்கு வெள்ளி நிலா எப்படி நகர்ந்து செல்கிறது என்று ஆச்சரியமாக இருக்கும். அவன் வளர்ந்தபின் அடுக்களையில் சாப்பிடுவார்கள். அடுக்களை விஸ்தாரமாக இருக்கும். விறகு அடுப்பில் சமையல். படுக்கும் பாயை மடித்து பந்திப்பாய்போல ஆக்கி அதன் மேல் அமர்ந்துதான் சாப்பிடுவார்கள். வெறுந்தரையிலும் உட்கார்ந்து சாப்பிடலாம். சாப்பாட்டுக்கு ஒரு மரியாதை வேண்டும் என்று அம்மா நினைத்தாளோ என்னவோ. இப்படி ஒரு பழக்கத்தை ஏற்படுத்தியிருந்தாள்.

அவன் நோய்வாய்ப்பட்ட நேரங்களில் எல்லாம் அம்மா மருத்துவமனைக்குக் கூட்டிச் சென்றாள். உடனிருந்து கவனித்துக்கொண்டாள். வயதாக ஆக அம்மா தன்மீது காட்டும் அக்கறை அவனுக்கு அவள்மீது வெறுப்பையும் விலகலையும்

ஏற்படுத்தியது. அவனுக்குத் திருமணம் ஆன பின்பு இன்னும் கூடியது.

ஒரு சந்தர்ப்பத்தில் அம்மாவை அவன் அடித்துவிட்டான். அடுத்த சில நாட்களில் அம்மாவிற்கு மறதி நோய் ஏற்பட்டு விட்டதை அறிந்தான். பணிப்பெண் அமர்த்திக் கவனித்துக் கொள்ள வேண்டியதாயிற்று. பேச்சு இல்லை. நோயிருந்தாலும் சொல்ல இயலாது. இப்படியே அம்மா இருந்தாள். ஒரே வீட்டில் இருந்தாலும் அம்மாவை அவன் பார்த்தே பல நாட்கள் ஆகிவிட்டன. மனைவியிடம் விசாரிப்பதோடு சரி. நல்லவேளையாக அம்மாவைக் கவனிக்கும் பொறுப்பை மனைவி எடுத்துக்கொண்டாள். வேலைக்கு அமர்த்திய பெண் சரியாகப் பராமரிக்கிறாளா, உணவு கொடுக்கிறாளா என்று அவள் கண்காணித்தாள்.

பல நாட்கள் கழித்து ஒரு நாள் அம்மா இருந்த அறையின் கதவைத் திறந்து பார்த்தான். அம்மா அடையாளம் தெரியாத அளவில் மெலிந்து, தலையில் முடியில்லால் கிடந்தாள். அவனுக்கு வருத்தமாக இருந்தது. "அம்மா" என்று அழைத்தான். அவள் கண்கள் மூடியிருந்தன. சலனமில்லை. இறந்துவிட்டாளோ என்று நினைக்கையில் அவள் விழிகள் திறந்தன. விழிகள் அவனை நோக்கித் திரும்பவில்லை. அறையை விட்டு வெளியே வந்தான்.

ஒருநாள் காலையில் அம்மா இறந்துவிட்டதாகப் பணிப்பெண் கூறினாள். காரியங்கள் நடந்து முடிந்தன. ஆண்டுகளும் கடந்தன. வாசல் போர்ட்டிகோவில் நின்றிருந்த போது வானத்தைப் பார்த்தான். நிலா மேகங்களினூடே நகர்ந்து சென்றது. 'வெள்ளி நிலா' என்று மனதிற்குள் சொல்லிக் கொண்டான். இன்று அவனுடைய அம்மாவின் நினைவு நாள்.

உயிர்மை இதழ், மே 2024

●

10

பலூன் என்றொரு ஜென்

"எந்நேரமும் உன் எண்ணமே" என்றான் சுப்பிரமணியன்.

"எனக்கும் எந்நேரமும் உன் நினைப்புதான்" என்றாள் பாக்கியவதி.

"என்ன செய்வது" என்றான்.

"என்ன செய்வது" என்றாள்.

இருவரும் பேசாமல் இருந்தார்கள்.

அந்த நேரம் ஒரு பலூன் வெடிக்கும் சத்தம் கேட்டது. திரும்பிப் பார்த்தார்கள். ஒரு சிறுமி கையில் வைத்திருந்த பலூன் வெடித்தது. அந்தச் சிறுமி திகைத்துச் சற்றுத் தள்ளி உட்கார்ந்திருந்த பெற்றோர்களிடம் சென்றாள்.

சுப்பிரமணியனும் பாக்கியவதியும் தாங்கள் உட்கார்ந்திருந்த இடத்தை மாற்றி வேறு இடத்தில் உட்கார்ந்தார்கள். என்ன பேசுவது என்று தெரியாமல் கிளர்ச்சியுடன் உட்கார்ந்திருந்தார்கள். சற்றுத் தள்ளி வேறு ஒரு சிறுமி பலூனை வைத்து விளையாடிக்கொண்டிருந்தாள். இருவருமே பலூன் வெடித்துவிடும் என்று நினைத்தார்கள். ஆனால் வெடிக்கவில்லை.

வெடிக்கவில்லை என்று இவர்கள் நினைத்த கணம் பலூன் வெடித்தது. இருவரும் மீண்டும் வேறு இடத்திற்குச் சென்று உட்கார்ந்தார்கள். இருவரும் தங்களைச் சுற்றிப் பார்த்தார்கள். பலூன் வைத்து விளையாடும் சிறுமி யாரும் தென்படவில்லை. பலூன் வெடிக்காது என்று இருவரும் நிம்மதியடைந்தார்கள்.

உயிர்மை இதழ், மே 2024

11

கல்யாணப் பெண்

குமரவேல் பணிபுரிந்துகொண்டிருப்பது அரசு அலுவலகத்தில் என்றாலும் அது ஸ்பெஷல் அலுவலகம் என்பதால் சிறிய வீட்டில் இருந்தது. அடுத்த வீட்டில் மூன்று திருமணமாகாத பெண்களும் அவர்களின் பெற்றோரும் குடியிருந்தார்கள். பெண்கள் வேலைக்குச் சென்றுகொண்டிருந்தார்கள். தந்தை விரிக்கப்பட்ட பாயில் படுத்துத் தெருவைப் பார்த்துக்கொண்டிருப்பார். தெருவில் செல்பவர்கள் அவர் படுத்திருப்பதைப் பார்க்க முடியும். அவரின் கண்கள் கலங்கி நிலைத்திருக்கும். விழிகள் அசையும்போது அவரின் உடலில் உயிர் இருப்பது தெரியும். அவருக்கு வேலை எதுவும் கிடையாது. நிரந்தர நோயாளியாக இருக்கலாம். மூன்று பெண்களும் வேலைக்குச் செல்கிறார்கள்.

என் அலுவலக வீட்டிற்கு ஒரு திண்ணை இருந்தது. அதில் கையில் விசிறியுடன் கடைநிலை ஊழியர் உசேன் பாய் உட்கார்ந்திருப்பார். அதிகாரி பெல் அடித்தவுடன் விசிறியைத் திண்ணையில் வைத்துவிட்டு அவரின் அறையை நோக்கி விரைவார்.

ஒருநாள் ஒரு வாலிபன் அவர்கள் வீட்டிற்குச் சிலருடன் வந்தான். ஏதோ பேசிக்கொண்டார்கள். அவர்கள் போனபின்பு மூன்று பெண்களும் வாசலில் நின்று சிரித்துப் பேசிக்கொண்டார்கள். மூத்த பெண் அலங்கரித்திருந்தாள். உசேன் பாயிடம் குமரவேல் விசாரித்தான்.

பெண் பார்க்க வந்திருப்பதாகவும் பையன் துபாயில் வேலை பார்ப்பதாகவும் பெண்ணைப் பிடித்துவிட்டதாகவும் டிரைவிங் பழகச் சொல்லியிருப்பதாகவும் திருமணத்திற்குப் பின் துபாய் அழைத்துச் செல்ல இருப்பதாகவும் தெரிவித்தார்.

மூன்று பெண்களில் ஒரு பெண் குறைந்தது என்று குமரவேல் நினைத்தான். நோயாளியான தந்தையை ஹாலில் காணோம். அவரை வேறெங்கோ சில மணிநேரங்களுக்கு வைத்திருப்பதாக உசேன் பாய் சொன்னார். அடுத்த நாள் தந்தை படுத்த நிலையில் ஹாலில் இருந்தார். கண்கள் கலங்கி, வழக்கம் போல் நிலைகுத்தியிருந்த நிலையில் இருந்தன.

குமரவேல் இரண்டு நாட்கள் கழித்து சங்கருடன் மெரினா லாட்ஜுக்குச் சென்றான். அவர்கள் வழக்கமாகச் செல்லுமிடம்தான். குமரவேல் அறைக்குள் நுழைந்தான். அதிர்ச்சியாக இருந்தது. பக்கத்துவீட்டு மூத்த பெண் கட்டிலில் உட்கார்ந்திருந்தாள்.

அவனைப் பார்த்ததும் அவள் எழுந்து நின்றாள். "நீங்க பக்கத்து ஆபீஸில் வேலை பார்ப்பவர்தானே... ஸார் வெளியே சொல்லியிராதிங்க. கல்யாணம் நிச்சயமாயிடுச்சு. எல்லாம் கெட்டுப்போயிரும். தெருவுலே இருக்க முடியாது" என்றாள்.

குமரவேல் அவளை உட்காரச் சொல்லிவிட்டு நாற்காலியில் அமர்ந்து சிகரெட் பற்ற வைத்தான்.

"நான் வெளியே சொல்ல மாட்டேன். கல்யாணம் முடிவாயிருக்கு. இதுக்கு ஒரு முடிவு கட்டியிருக்கலாமே."

"என்ன ஸார் செய்றது. அப்பா உடம்புக்கு முடியாதவர். வயித்துப் பிழைப்புக்கு என்ன செய்யிறது. கல்யாணத்துக்குப் பணத் தேவை இருக்கு..."

"நான் இப்ப சங்கடத்துலே இருக்கேன்."

"ஸார்... நீங்க வந்த வேலையை முடிச்சிட்டுப் போங்க."

"இல்ல. நான் போறேன். கீழே பணம் கொடுத்துடறேன்."

"கல்யாணத்துக்கு அவசியம் வரணும் ஸார்."

"அவசியம் வாரேன்" என்றான் குமரவேல்.

உயிர்மை இதழ், மே 2024

12

கணவனை இழந்தவள்

உறவினர்கள் சென்றுவிட்டார்கள். கணவனின் இறுதிச் சடங்குகள் அனைத்தும் முடிவடைந்துவிட்டன. தேவிகாவிற்குத் தன்னைப் பயம் கவ்விக்கொண்டிருப்பது போல் இருந்தது. வாழ்வின் முன் இருக்கும் சவால்களை எப்படிச் சந்திப்பது என்று யோசிக்கையில் திகைப்பாக இருந்தது. அவளின் கணவன் அரசு வேலையில் இருந்தான். அவள் வேலைக்குச் செல்லவில்லை. மகன் ஐந்தாவது படித்துக் கொண்டிருக்கிறான். கணவன் மதியம் வீட்டிற்கு வந்து சாப்பிட்டான். கறிக்குழம்பு என்பதால் நன்றாகச் சாப்பிட்டான். சற்றுநேரம் படுத்திருந்து விட்டுச் செல்வது வழக்கம். படுத்திருந்தவனின் கை படுக்கையிலிருந்து சரிந்திருப்பதைத் திடீரென்று பார்த்தாள். அது விநோதமாக இருப்பதாக உணர்ந்ததால், அவன் தோளைப் பிடித்துத் தள்ளினாள். மல்லாக்கக் கிடந்தான். சலனமில்லை. உணர்வும் இல்லை. அவள் கத்தினாள்.

பக்கத்து வீட்டுப் பெருமாளையும் அவர் மனைவியையும் அவசரமாகக் கூட்டிவந்தாள். அவர் ஓய்வு பெற்ற அறிவியல் ஆசிரியர். அவர், அவனின் நாடியைப் பிடித்துப் பார்த்தார். நெஞ்சில் கை வைத்துப் பார்த்தார். முகத்திலே தண்ணீர் அடித்துப் பார்த்தார். சலனமே இல்லை. ஆம்புலன்சுக்கும் போன் செய்தார். தேவிகா அழுதாள். மகன் பள்ளி வேனில் வருவதற்கு

இன்னும் இரண்டு மணிநேரம் ஆகும். அந்தத் தெரு இறுதியில் ஒரு கிளினிக் இருக்கிறது. இந்த நேரத்தில் திறந்திருக்காது.

ஆம்புலன்ஸ் வரத் தாமதம் ஆனது. அண்டை வீட்டார் அவள் வீட்டிற்கு வந்துவிட்டார்கள். ஆம்புலன்ஸில் சென்று விட்டால் வர எவ்வளவு நேரம் ஆகுமென்று தெரியவில்லை. வேனிலிருந்து மகன் இறங்கும்போது, அவனைக் கவனித்து வீட்டிற்குள் வைத்துக்கொள்ளுமாறு எதிர் வீட்டுக்காரம்மாளிடம் கூறினாள்.

ஆம்புலன்ஸ் வந்தது. அதில் இருந்த பணியாளர்களில் ஒருவர் நாடி பிடித்துப் பார்த்துவிட்டு அவர் இறந்துவிட்டதாகக் கூறினார். தேவிகா அதிர்ச்சியிலிருந்தாள். மருத்துவமனைக்குக் கொண்டுசென்று உறுதிசெய்துகொள்ள வேண்டும் என்று நினைத்தாள். முருகதாஸ் ஆஸ்பத்திரிக்குக் கொண்டு சென்றார்கள். அவளின் கணவனைப் பரிசோதித்த மருத்துவர் அவன் ஏற்கெனவே இறந்துவிட்டதாகக் கூறினார்.

நெருங்கிய உறவுக்காரர்கள் வந்தார்கள். இறுதிச் சடங்கு நடந்து முடிந்தது. பின் காரியங்களும் நடந்து முடிந்தன. அனைவரும் சென்றபின் மகனுடன் தனித்து இந்த இரவில் இருந்தாள். பக்கத்தில் மகன் உறங்கிக்கொண்டிருந்தான்.

‘ஆண் துணை இல்லாமல் தனித்து இருக்க வேண்டும். அதிலுள்ள சங்கடங்களைத் எதிர்கொள்ள வேண்டும். மகனை வளர்க்க வேண்டும். அரசு வேலையில் கணவன் இருந்ததால் அவரின் நண்பரை அணுகி பென்ஷனுக்கு ஏற்பாடு செய்ய வேண்டும். பிறகு ஏதாவது பள்ளிக்கூடத்தில் வேலை தேட வேண்டும்’ என்றெல்லாம் தேவிகா யோசித்துக்கொண்டே தூக்கம் வராமல் படுத்திருந்தாள். கண்களை மூடியிருந்தாள்.

தோளில் மகனின் கை படுவதை உணர்ந்தாள். விழித்துப் பார்த்தாள். மகன் அருகே உட்கார்ந்திருந்தான்.

“தூக்கம் வரலையாம்மா ... நான் இருக்கேம்மா. நல்லா படிச்சு உன்னைக் காப்பாத்துவேன். கவலைப்படாதேம்மா” என்றான்.

அவள் மகனைக் கட்டிக்கொண்டு அழுதாள்.

உயிர்மை இதழ், மே 2024

•

13

சந்தேகம்

அவனும் அவளும் தனித்திருந்தார்கள். அவள் சொன்னாள். "என் புருஷன் என்னைச் சந்தேகப்படறார். அதனாலே சண்டை வருது. தினசரி பெரிய உபத்திரவமா இருக்கு. எனக்கு நிம்மதி இல்லை. உங்களோட இருக்கும்போதுதான் எனக்கு மகிழ்ச்சியா இருக்கு."

"அவர் சந்தேகப்படறதை மாத்த என்ன செய்யணும்."

"சந்தேகப்படறது அவரோட இயல்பு."

"அவர் சந்தேகப்படற லிஸ்ட்லே நான் இருக்கேனா."

"நீங்கள் நிச்சயமா இல்லை. உங்களை அவருக்குத் தெரியாது."

"பின்னே என்னத்துக்குச் சந்தேகப்படறாரு."

"அதான் நான் சொன்னேனே சந்தேகப்படறது அவர் இயல்புன்னு."

"எப்படித்தான் இப்படி சந்தேகப்படறவரோட வாழ்றியோ" என்று சொல்லிக்கொண்டே அவள் தோளைப் பிடித்து இழுத்து அணைத்தான்.

"சந்தேகப்படறவரோட வாழ்றதுக்குச் செத்துப்போகலாம்" என்றாள் அவள்.

"நீ செத்துப்போனால் நானும் செத்துப் போவேன்."

"முட்டாள். ரெண்டு பேரும் சேந்து செத்துப்போனா அவருக்குச் சந்தேகம் வராதா."

"சந்தேகப்படறதை நிறுத்தறதுக்கு என்ன செய்யறது" என்றான் அவன்.

"அவரை இன்டெலைக்சுவலா மாத்தணும். நடக்கற காரியமா இது."

"ஏன் இவரைக் கல்யாணம் பண்ணினே."

"நான் இவர் வேணும்னா நின்னேன். என் தலையிலே கட்டிவைச்சாங்க."

"நீ வேண்டாம்னு சொல்ல வேண்டியதுதானே."

"சொன்னேன். கேட்டாத்தானே. அப்பாவி மாதிரி இருக்காரேன்னு வேற வழியில்லாம சரின்னு சொன்னேன்."

அவர்கள் இருவரும் மீண்டும் அணைத்துக்கொண்டார்கள். கைவிரல்களைக் கோர்த்திருந்தனர். அந்த நேரத்திலும் அவள் சொன்னாள்.

"இப்படி சந்தேகப்படற புருஷனோட வாழ்றது எவ்வளவு கஷ்டம் தெரியுமா."

"ஆமா. ரொம்பக் கஷ்டம்தான்" என்று சொல்லிக்கொண்டே அவளை அவன் இறுக்கிக் கட்டிக்கொண்டான்.

உயிர்மை இதழ், மே 2024

14

கண்ணாடியைத் துடைக்கும் பையன்

அழைப்பின் பேரில் பீச் ரிசார்ட்டில் நடக்கும் விருந்துக்கு சந்திரமோகன் சென்றிருந்தான். உறவினர் வீட்டு விசேஷம். பீச்சில் இளவயதினரும் குழந்தைகளும் உற்சாகமாக விளையாடிக் கொண்டிருந்தார்கள். அவன் பீச் மணலில் சேரில் உட்கார்ந்திருந்தான். சற்றுத் தள்ளி இருந்த நாலா புறமும் திறந்திருந்த குடில்களில் இளம் தம்பதிகள் அமர்ந்து பீர் குடித்துக்கொண்டிருந்தார்கள்.

சந்திரமோகன் கடல் அலைகளில் கால்களை நனைக்கச் செல்லவில்லை. அவனுக்குக் கடல் மகிழ்ச்சியைத் தருவதில்லை. கடலின் பிரம்மாண்டமும் அடங்காத தன்மையும் அவனுக்கு அச்சத்தைத்தான் தருகிறது. சிறுவர் சிறுமிகள் கடல் அலை களை ஒட்டிக் கூக்குரலிட்டு ஓடி விளையாடுவது, கால்களை நனைப்பது ஆகியவற்றைக் கண்காணிப்பதற்கென்றே சில ஊழியர்களை ரிசார்ட்டில் அமர்த்தியிருந்தார்கள். அவர்கள் ரோந்துப் பணியில் இருந்தார்கள். இப்போது அந்தி நேரம்.

வானமும் கடலும் சந்திக்கும் கோட்டில் இருந்து ஐம்பது அடி தூரத்தில் சூரியன் இருப்பது போல அவனுக்குத் தோன்றியது. மிக அழகான காட்சி. சூரியன் செந்நிறத்தில் இருந்தது. சூரியன் வானத்திலிருந்து இறங்கி கடலுக்குள் மறைய

இன்னும் நேரமிருந்தது. அந்தி இருள் கவிய ஆரம்பித்தது. அவனுக்கு ரெஸ்ட் ரூம் செல்ல வேண்டும் போல இருந்தது. எழுந்து சென்றான்.

தூய்மையும் அழகும் நிறைந்த கட்டிட அமைப்பு. ரெஸ்ட் ரூமுக்குள் சென்றான். அங்கு ஒரு இளவயதுப் பையன் கையில் இருந்தத் துண்டுத் துணியால் கை கழுவும் இடத்தில் இருந்த நீண்ட கண்ணாடியைத் துடைத்துக்கொண்டிருந்தான். கண்ணாடியில் அழுக்கு இல்லை. ஆனால் ஆவி படியும் இடத்தைக் கண்டறிந்து துடைத்துக்கொண்டிருந்தான். அனைத்து இடங்களிலும் குளிர்சாதன வசதி கொண்ட கட்டிட அமைப்பு. கதவைத் திறந்தவுடன் எதிரே சுவரில் அகலமான உயரமான கண்ணாடி இருக்கிறது. கை கழுவும் இடத்தில் உள்ள கண்ணாடியையும் சுவரில் உள்ள பெரிய கண்ணாடியையும் துடைக்கும் பொறுப்பு அவனுடையது.

அந்தப் பையன் சிவப்பாக இருந்தான். மீசை அரும்பி யிருந்தது. சந்திரமோகனைப் பார்த்துச் சிரித்தான். சந்திரமோகன் அவனை வடநாட்டுக்காரன் என்று நினைத்தான். அவனிடம் "எந்த மாநிலம்" என்று ஆங்கிலத்தில் கேட்டான். அவன் பதிலுக்கு "தமிழா" என்று கேட்டான். பிறகு அவனே தன்னை "மலையாளி" என்று சொன்னான்.

"இங்கே எவ்வளவு நேரம் வேலைபாக்கணும்" என்று சந்திரமோகன் கேட்டான்.

"காலையிலே ஒன்பதரை. நைட்டு பத்தரை மணிவரைக்கும்" என்றான்.

"எட்டு மணிநேரம் வேலை இல்லையா."

"இல்லை. பதிமூணு மணிநேரம்."

"உக்கார முடியாதா."

அவன் சிரித்தான். "சாப்பிடும்போது உக்காரலாம். இங்கே உக்கார முடியாது."

அவன் புன்னகைத்துவிட்டு ரெஸ்ட் ரூமை விட்டு வெளியேறினான். அவன் கண்ணாடியைத் துடைத்தான். கண்ணாடியில் ஆவி படிவதை அவன் ஒரு நிபுணனைப் போலக் கண்டறிந்து துடைத்துக்கொண்டிருந்தான். முடிவடையாத வேலை. அவனுடைய குடும்பப் பின்னணி, பொருளாதார நிலை அவனை இங்கே தள்ளியிருக்கலாம். வீட்டுடன் ஏற்பட்ட மோதலில் இங்கு வந்து சேர்ந்திருக்கலாம்.

சந்திரமோகன் பீச் மணலில் இருந்த நாற்காலியில் உட்கார்ந்திருந்தான். அந்தப் பையனின் வயதில் தான் பாதுகாப்பான சூழ்நிலையில் படித்துக்கொண்டிருந்ததை நினைத்தான். செந்நிறச்சூரியன் இறங்கிக்கொண்டிருந்தது.

பொழுது இருளாகிக்கொண்டிருந்தது. கண்காணிப்பு ஊழியர்கள் நீண்ட தொலைவு ஒளி அடிக்கும் டார்ச் லைட்டுடன் கரையிலிருந்தவர்களை வெளியேறச் சொல்லிக் கொண்டிருந்தார்கள். சந்திரமோகனுடன் வந்திருந்து பீச் நாற்காலிகளில் உட்கார்ந்திருந்தவர்கள் சாப்பிடச் செல்வதற்காக எழுந்தார்கள். அவனும் எழுந்தான். ரெஸ்டாரண்ட் செல்லும் வழியில் ரெஸ்ட் ரூம் சென்றான். உள்ளே சுவரில் இருந்த அந்த அகலமான உயரமான கண்ணாடியைத் துண்டுத் துணியால் அந்தப் பையன் துடைத்துக்கொண்டிருந்தான். சந்திரமோகனைப் பார்த்து அவன் நட்பாகச் சிரித்தான். இவனும் சிரித்தான். சந்திரமோகன் அந்த ரெஸ்ட் ரூமை விட்டு வெளியேறினான். அந்தப் பையன் இரவு பத்தரை மணிக்குத்தான் அந்த ரெஸ்ட் ரூமை விட்டு வெளியேற முடியும். அவன் ஆடம்பரமான சாப்பிடும் இடத்திற்குச் சென்றான். அந்தப் பையன் எப்போதுமே முடிவடையாத தன்னுடைய துடைக்கும் வேலையைத் தொடர்ந்து செய்துகொண்டிருந்தான்.

அம்ருதா இதழ், மே 2024

●

15

கண்டெய்னர் லாரி

பெரியவர் சுந்தரமும் இளைஞன் சேகரனும் பஸ்ஸில் சென்றுக்கொண்டிருந்தார்கள். அவர்கள் விழுப்புரம் செல்ல வேண்டியிருந்தது. முகவரி இருந்தது. அந்த முகவரியைத் தேடிக் கண்டுபிடிக்க வேண்டும். தன்னுடைய தம்பி தணிகாசலத்தின் மகன் இருக்கும் இடத்தைத் தேடியே சேகரனை அழைத்துக்கொண்டு வந்திருக்கிறார் சுந்தரம்.

சுந்தரத்திற்குத் திருமணமாகவில்லை. அவருக்கு ஒரே தம்பி. அவர் இறந்து பல ஆண்டுகள் ஆகி விட்டன. அவருடைய துரதிர்ஷ்டம், திருமண மான சில மாதங்களிலேயே மனைவியின் வயிற்றில் குழந்தை இருக்கும்போதே அவர் இறந்துவிட்டார். சுந்தரம் திருமணத்தை விரும்பவில்லை. உண்மை யில் பெண்ணுடன் வாழ்வதை நினைக்கும்போது அவருக்குப் பயம்தான் ஏற்பட்டது. தன்னிடம் உடற்குறைபாடு இருக்கிறதோ என்ற எண்ணம் அவருக்கு அடிக்கடி ஏற்படும்.

குடியிருந்த வீட்டை விலைக்கு வாங்கி விட்டார். அரசு மேல்நிலைப் பள்ளியில் பூகோளவியல் ஆசிரியராக இருந்தார். பணியிலிருந்து ஓய்வுபெற்றுவிட்டார். சேகரன் அவருக்குத் தூரத்து உறவினன். சேகரனின் குடும்பம் சுமாரான பொருளாதார நிலையில் இருக்கிறது. சேகரனுக்குச் சரியான வேலை அமையவில்லை. சேகரனின்

வீட்டிற்குச் சென்று காலையிலும் மதியமும் சாப்பிடுவார். இரவில் வெளியே சாப்பிட்டுக்கொள்வார். உடல்நலமில்லை என்றால் சேகரனும் அவன் குடும்பத்தினரும் கவனித்துக் கொள்வார்கள். அவர்கள் வீட்டில் சாப்பிடுவதற்கு சுந்தரம் ஒரு தொகையைக் கொடுத்துவிடுவார். மருத்துவமனைக்குச் செல்லும்போது சேகரன் கூடச் செல்வான். உறுதுணையாக இருப்பான்.

சுந்தரத்திற்கு வயது எண்பதைத் தாண்டிவிட்டது. மூச்சுவிடச் சிரமப்படுகிறார். 'எப்போதாவது மரணம் ஏற்படத்தான் செய்யும். இந்த வீட்டை என்ன செய்வது. வங்கியிலும் கணிசமான பணம் இருக்கிறது. அதை என்ன செய்வது' என்றெல்லாம் அவர் யோசித்தபோது அவருடைய தம்பி மகனே சட்டப்படியான வாரிசு என்று நினைத்தார். அந்தச் சட்டப்படியான வாரிசை எப்போதோ அவர் பார்த்ததுதான். பல ஆண்டுகளாகத் தனக்கு உதவியாக இருக்கும் சேகரனுக்கு எழுதி வைக்கலாம். ஆனால் அவருக்கு மனம் ஒப்பவில்லை. இப்போது முகவரியைக் கண்டறிந்து அந்தத் தம்பி மகனைக் காண சேகரனை அழைத்துக் கொண்டு பஸ்ஸில் சென்றுகொண்டிருக்கிறார்.

ஊர் நெருங்கிக்கொண்டிருக்கும்போது அவருக்கு மனத்தில் தடுமாற்றமும் குழப்பமும் ஏற்பட்டது. சட்டப்படியான வாரிசு என்பதைத் தவிர வேறெந்தத் தொடர்பும் இல்லாத ஒருவனுக்குச் சொத்தைக் கொடுப்பதா என்று நினைத்தார்.

பஸ் சென்றுகொண்டிருந்தது. எதிரே ஒரு பெரிய கண்டெய்னர் லாரி திருப்பத்தில் திடீரெனத் தோன்றியது. இதை எதிர்பார்க்காத டிரைவர் பிரேக் போட்டார். பஸ் சத்தத்துடன் நின்றது. பஸ்ஸில் இருந்தவர்கள் இருக்கையிலிருந்து முன்னோக்கி விழுந்தார்கள். சுந்தரத்திற்கு என்ன நடந்தது என்று சில நொடிகளுக்குப் பின்தான் தெரிந்தது. அவர் முன்னே விழுந்து விடாமல் சேகரன் பிடித்துக்கொண்டிருந்தான்.

பயணிகள் கீழே இறங்கி கண்டெய்னர் லாரி ஓட்டி வந்தவனிடம் சண்டைக்குச் சென்றார்கள். "ஹாரன் அடிக்க வேண்டாமா" என்று கேட்டார்கள். குழப்பங்கள் தீர்ந்து பஸ் மீண்டும் கிளம்பியது. சுந்தரத்திற்குத் தனது சொத்தையும் பணத்தையும் தன் காலத்திற்குப் பின் சேகரனுக்குச் சேரும் என்று எழுதிப் பதிவு செய்திட வேண்டும் என்று தோன்றியது. நடந்த சம்பவத்தினால் நிலைகுலைந்திருந்த அவர், இருக்கையில் சாய்ந்து சௌகரியமாக உட்கார்ந்துகொண்டார்.

விழுப்புரம் பஸ் நிலையம் வந்தது. பயணிகள் இறங்கினார்கள். சுந்தரமும் சேகரனும் இறங்கினார்கள். முகவரி எழுதியிருந்த சீட்டை சேகரன் எடுத்து சுந்தரத்திடம் கொடுத்தான். அவர் அந்தச் சீட்டை வாங்கவில்லை. அவனையே வைத்திருக்கச் சொன்னார்.

"ஏதாவது சாப்பிட்டுவிட்டு அடுத்த பஸ்ஸில் ஊருக்குத் திரும்பிவிடுவோம்" என்றார் சுந்தரம். "எதுக்குத் தாத்தா" என்றான் சேகரன். "நான் முடிவு செய்துவிட்டேன்" என்று சொல்லி சாப்பிடுவதற்காக ஹோட்டலை நோக்கி சேகரனையும் அழைத்துக்கொண்டு சென்றார்.

அம்ருதா இதழ், மே 2024

●

16

தாய், மகன், மகள்

ஜான்ஸி அத்தையிடமிருந்து எனக்கு அலைபேசி அழைப்பு வந்தது. பேசினேன். மகனும் மருமகளும் அவரை வீட்டை விட்டு விரட்டி விட்டதாகவும் மரத்தடியில் உட்கார்ந்திருப்பதாக வும் உடனே வந்து அவளைப் பக்கத்து ஊரில் இருக்கும் மகள் வீட்டில் விட்டுவிட்டும்படியும் அத்தை கேட்டுக்கொண்டாள். நான் வருவதாகச் சொன்னேன்.

நான் இங்கிருந்து அவள் இருக்கும் இடத்திற்குக் காரில் செல்ல ஒரு மணிநேரம் ஆகலாம். பிறகு பக்கத்து ஊரில் இருக்கும் அவளுடைய மகள் வீட்டிற்குக் கொண்டுவிட வேண்டும். என்ன பிரச்சினை என்று தெரியவில்லை. குடும்பப் பிரச்சினைகளில் என்னால் தலையிட முடியாது. நெருங்கிய உறவில் இல்லாமல் சற்றுச் சுற்று உறவில் அவள் எனக்கு அத்தை. அவள் கிறிஸ்தவர். மாமா தெய்வசிகாமணி இந்து. இருவரும் தனியார் பள்ளியில் ஆசிரியராக இருந்தார்கள். திருமணம் செய்துகொண்டார்கள்.

நான் பள்ளியில் படித்துக்கொண்டிருக்கும் போது என் அம்மா ஜான்ஸி அத்தை வீட்டிற்கு என்னை அழைத்துச் சென்றாள். அழகான வீடு. இவ்வளவு அழகான வீட்டை உறவினர் எவரிடமும் நான் பார்த்ததில்லை. வீட்டைச் சுற்றி மரங்களும் செடிகளும் இருந்தன. கோழிகளும் சேவல்களும்

மேய்ந்துகொண்டிருந்தன. வீடு புதிதாக வெள்ளையடித்ததுப் போலிருந்தது. உள் அறைகள் வண்ணத்தில் இருந்தன. சோபாக்கள், நாற்காலிகள் எல்லாம் எனக்குப் புதியதாகத் தெரிந்தன. சிறு பொம்மைகள் அழகுக்காக வைக்கப்பட்டிருந்தன. ஜான்ஸி அத்தை வெங்காய பஜ்ஜி தயார் செய்துகொடுத்தாள். ருசியாக இருந்தது.

ஜான்ஸி அத்தை கைத்தறி புடவை அணிந்து அழகாகத் தோற்றம் தந்தாள். சுவரில் ஜீஸஸ் படம் மாட்டப்பட்டிருந்தது. மாமா சிரித்த முகத்துடன் இருந்தார். இதெல்லாம் பல ஆண்டுகளுக்கு முன் முதன்முதலாகப் பார்த்தபோது ஏற்பட்ட அனுபவம். இப்போது மாமா இறந்து, மகனுடன் வாழ்ந்த அத்தை அவனால் விரட்டப்பட்டுத் தெருவில் உட்கார்ந்திருக்கிறாள்.

நான் ஒரு டாக்ஸி அமர்த்தி அவள் சொன்ன இடத்திற்கு விரைந்தேன். மரத்தடியில் ஒரு பெட்டியுடன் அத்தை அமர்ந்திருந்தாள். என்னைப் பார்த்ததும் மகனையும் மருமகளை யும் திட்டினாள். மகள் இருக்கும் இடத்தைக் கேட்டேன். அந்த இடத்தை அடைய ஒன்றரை மணிநேரம் ஆகலாம். பின் இருக்கையில் அத்தையை அமரச் சொல்லி முன் இருக்கையில் அமர்ந்துகொண்டேன். கார் சென்று கொண்டிருந்தது. பழைய கதைகளையெல்லாம் இழுத்து ஏதோ சொல்லிக்கொண்டிருந்தாள். நான் சரியாகக் கவனிக்கவில்லை.

பெட்டியைத் திறந்து, பிரேம் போட்ட கருப்பு வெள்ளைப் புகைப்படத்தை என்னிடம் கொடுத்தாள். மாமாவுடன் அத்தையும் இருக்கும் மார்பளவு புகைப்படம். இருவரும் இளமையில் இருக்கும்போது எடுத்த அழகான புகைப்படம். நான் பார்த்துவிட்டுத் திரும்பக் கொடுத்தேன்.

“இவர் இருக்கற வரைக்கும் எனக்கு ஒரு குறையும் இல்லை. பெத்து வளத்த பிள்ளை அன்பில்லாம இருக்கான்” என்றாள்.

“நாம வர்றதை மகள்கிட்டே சொல்ல வேண்டாமா” என்றேன்.

“போன்லே சொன்னா சரியா வராது. நேர்லே போயி நின்னா, உள்ளே வராதேன்னு சொல்லியிருவாளா” என்றாள்.

எனக்கு அத்தையை மகள் ஏற்றுக்கொள்ளவில்லை என்றால் என்ன செய்வது என்ற குழப்பம் ஏற்பட்டது. கார் மகள் வீட்டின் முன் நின்றது. வீட்டை ஒட்டி அமைந்திருந்த சிமெண்ட் பெஞ்சில் உட்கார்ந்திருந்த மகள் வீட்டு வாசலில்

கார் வந்து நிற்பதை ஆச்சரியமாகப் பார்த்தாள். நான் முதலில் காரைவிட்டு இறங்கி அவளைப் பார்த்துப் புன்னகைத்தேன். விசேஷ வீடுகளில் என்னைப் பார்த்த நினைவு ஏற்பட்டிருக்க வேண்டும். அவளும் புன்னகைத்தாள். ஜான்ஸி அத்தை பெட்டியுடன் காரிலிருந்து இறங்கினாள். மகள் இதை எதிர்பார்க்கவில்லை.

“இப்படி திடீர்னு வந்து நின்னா நான் என்ன செய்றது. எங்க வீட்டுக்காரரை எப்படி சமாளிக்கிறது” என்றாள்.

“கோவிச்சுகாதேடி. ரெண்டு நாள்லே உன் அண்ணன் கோபம் தணிஞ்சுரும். நான் போயிருவேன்” என்றாள் ஜான்ஸி அத்தை. இப்படிச் சொல்லிக்கொண்டே வீட்டினுள் நுழைந்து விட்டாள். திரும்பிப் பார்க்கவில்லை. மேற்கொண்டு பிரச்சினைகளில் சிக்கிக்கொள்ள வேண்டாம் என்று நினைத்து, மகளிடம் சொல்லிக்கொண்டு நான் காரில் ஏறினேன். வீட்டுக்குள் சென்ற அத்தை வெளியே வரவில்லை.

நான் காரில் என் இடத்திற்குத் திரும்பினேன். அடுத்த நாள் அலைபேசியில் ஜான்ஸி அத்தை கூப்பிட்டாள். நான் எடுக்கவில்லை. இரண்டு தடவை அழைப்பு மணி அடித்து ஓய்ந்தது. சற்று நேரங்கழித்து மூன்றாவதாக அழைப்பு மணி அடித்தது. சிக்கலில் மாட்டிக்கொள்வேன் என்று தோன்றியது. நான் அலைபேசியை எடுக்கவில்லை. வருத்தமாக இருந்தது.

அம்ருதா இதழ், மே 2024

●

17

புகைப்படம்

எண்ண முடியாத அளவு தென்னை மரங்களும் பழ மரங்களும் உடமையாகக் கொண்டிருந்த மாணிக்கவாசகம் பிள்ளை, எல்லா வற்றையும் இழந்து நார்க்கட்டிலில் விரிக்கப்பட்ட ஜமுக்காளத்தில் படுத்து இருமிக்கொண்டிருக் கிறார். ஒரு சிறு வாளியில் மண்ணை நிரப்பிக் கட்டிலின் கீழ் வைத்திருக்கிறார்கள். இருமினால் வரும் சளியை அதில் துப்புவார். காலையில் வரும் வெள்ளையம்மாள் வீட்டைப் பெருக்கி, பாத்திரங்களைத் துலக்கி வேறு வேலைகளும் செய்யும்போது இந்த வாளியைக் குப்பையில் கொட்டிப் புது மண்ணை நிரப்பிவைப்பாள். நெஞ்சில் இருக்கும் சளி ஒவ்வொரு முறை இருமும் போதும் வெளியேறிக்கொண்டே இருக்கிறது. எவ்வளவுதான் சளி இருக்குமோ. சளி காலியாக வில்லை.

“அங்கம்மா” என்று அழைத்தார். பல தடவை அழைத்தால்தான் மனைவி அங்கம்மாள் வந்து “என்ன” என்று முகத்தைக் கடுமையாக வைத்துக்கொண்டே கேட்பாள். மாணிக்கவாசகம் நயந்துகொண்டே “காப்பித்தண்ணி” என்பார். மாட்டுக்குத் தீவனம் வைக்கும் கந்தன், அங்கம்மாள் தரும் காப்பித்தண்ணியைக் கொண்டு வந்து கொடுப்பான்.

மாணிக்கவாசகம் அங்கம்மாளைப் பெண் பார்த்தபோது அவளது அழகில் மயங்கிப்போனார். குனிந்த தலையுடன் வந்த அவள் குனிந்த தலை நிமிராமல் கண்களையும் புருவங்களையும் உயர்த்தி அவரைப் பார்த்தாள். நெஞ்சில் காமத்தின் ஈட்டி இறங்கியது போல் உணர்ந்தார். அவளைத்தான் கல்யாணம் செய்ய வேண்டும் என்று பிடிவாதம் பிடித்தார். அவள் நினைவாகவே இருந்தார். அங்கம்மாள் குடும்பம் சற்று வசதிக்குறைவானது என்பதால் சிறு தடங்கல் ஏற்பட்டு விலகியது. அங்கம்மாளை மாணிக்கவாசகம் கல்யாணம் செய்துகொண்டார். அவளைக் கூட்டிக்கொண்டு வெளியே செல்லும்போது கம்பீரமாக உணர்வார். இத்தகைய அழகியைக் கணவனாகக் கொண்டவன் என்ற பெருமையில் இருப்பார். கோயிலுக்குச் சென்றால் பட்டரும் அவளை நிதானித்துப் பார்ப்பதை அவர் கவனித்திருக்கிறார்.

அது ஒரு காலம். அந்தக் காலத்திலேயேகூடப் படுக்கையைத் தவிரப் பிற இடங்களில் நெருங்கவிட மாட்டாள். கல் மாதிரி இருப்பாள். கூச்சம்தான் காரணமா. அவருக்குக் கண்டறிய முடியவில்லை. பல சமயம் படுக்கையிலும் கல் மாதிரிதான் கிடக்கிறாள். காலம் ஆக ஆக அவளைத் தொடுவதுகூட அரிதாகிவிட்டது. தட்டிவிடுவாள். பிள்ளைகள் பெரியவர்களாகி திருமணமும் செய்துகொடுத்தாகிவிட்டது. இப்படித்தான் அவள் இருப்பாள் என்ற நிலைக்கு மாணிக்கவாசகம் வந்து விட்டார். தவிர வயதானால் பெண்களுக்கு உடலும் வளைந்து கொடுக்காது. 'இடுப்பு கடுக்கிறது' என்பார்கள்.

மாணிக்கவாசகம் இருமினார். வந்த சளியை வாளியில் இருந்த மண்ணில் காறித் துப்பினார். "அங்கம்மா" என்று அழைத்தார். அவள் எங்கிருக்கிறாளோ. வெளியே சென்றாலும் சொல்லிக்கொண்டா செல்கிறாள். அங்கம்மாள் வரவில்லை. வேலையாள் கந்தன் நேரங்கழித்து வந்தான். அங்கம்மாளைப் பற்றிக் கேட்டார். பக்கத்து ஊருக்குக் கல்யாணத்துக்குப் போயிருப்பதாகச் சொன்னான்.

"முண்டை. சொல்லிட்டுப் போக வேண்டியதுதானே. நான் சாப்பாட்டுக்கு என்ன செய்வேன்."

"சாப்பாடு எடுத்து வைச்சிருக்காங்க. நான் நேரத்துக்கு வந்து எடுத்துக்கொண்டு வாரேன். இப்ப என்ன வேணும்."

"காப்பித்தண்ணி" என்றார்.

"கடையிலே வாங்கி வரவா."

"நல்லா இருக்காது. வேற வழி இல்லை. சூடா வாங்கிட்டு வா. அப்பத்தான் நீ வர்றதுக்குள்ளே ஆறாம இருக்கும். காசு வேணுமா."

"சொல்லிக்கலாம். அம்மா வந்த பிறகு கொடுத்துக்கலாம்."

கந்தன் காபி வாங்கச் சென்றான். மாணிக்கவாசகம் தலையணைக்குக் கீழே இருந்த டைரியைத் திறந்து அதில் அங்கம்மாளும் தானும் இருந்த பழைய புகைப்படத்தை எடுத்துப் பார்த்துவிட்டு மீண்டும் டைரியிலேயே வைத்துத் தலையணைக்குக் கீழே வைத்துக்கொண்டார்.

'முண்டை. ஒரு காலத்திலே எப்படி இருந்தா' என்று நினைத்துக்கொண்டே படுக்கையில் படுத்தார்.

அகழ் இணைய இதழ், மே 2024

●

18

பறவையின் வாசனை

எங்கள் தெரு, பக்கத்துத் தெருக்களில் இருக்கும் பையன்களின் கேப்டனாக நம்பிராஜன் இருந்தான். அவன் எஸ்.எஸ்.எல்.ஸி. படித்துக் கொண்டிருந்தான். நான் எட்டாவது படித்துக் கொண்டிருந்தேன். பையன்களுக்கிடையே ஏற்படும் சண்டைகளைத் தீர்ப்பவனாகவும் பிற தெருப்பையன்கள் எங்களுடன் மோதலுக்கு வராமல் தடுப்பவனாகவும் நம்பிராஜன் இருந்தான்.

ஒருநாள் பறவை வேட்டைக்குப் போவோம் என்று நம்பிராஜன் நாள் குறித்தான். நாங்கள் ஆறு பேர் சேர்ந்தோம். நிறைய பையன்கள் சேர்ந்தால் பார்ப்பவர்களுக்கு வினோதமாகத் தெரியும்; கேள்வி கேட்பார்கள் என்று அவன் காரணம் சொன்னான்.

கோயிலுக்குப் பக்கத்தில் நரிக்குறவர்கள் பாசி, மணி, காட்டா பெல்ட் விலைக்குப் பரப்பி வைத்திருப்பார்கள். காட்டா பெல்ட் என்பது கவட்டையாக மரத்தை வெட்டி அதில் கறுப்பு ரப்பர் பெல்ட்டைக் கட்டியிருப்பார்கள். அதில் கல்லை வைத்துக் கவட்டையில் பார்வையைச் செலுத்திக் குறிபார்த்து அடிக்க வேண்டும்.

ஆளுக்குக் கொஞ்சம் காசு போட்டு மூன்று காட்டா பெல்ட் வாங்கினோம். நம்பிராஜன் ஒரு துணிப்பை கொண்டுவந்தான். அதை என்னிடம்

கொடுத்து அடிபட்டு விழும் பறவையை அந்தத் துணிப்பையில் எடுத்துப் போட்டு நான் கொண்டுவர வேண்டும் என்றான்.

நம்பிராஜ் குறிபார்த்து அடிப்பதில் கெட்டிக்காரனாக இருந்தான். காட்டா பெல்ட் வைத்திருக்கும் மற்ற இரண்டு பேருக்கும் குறி தவறாமல் அடிக்கத் தெரியவில்லை. மரங்களினூடே அநேகமாகக் குருவிகளைப் போலிருக்கும் சிறு பறவைகள் உட்கார்ந்திருப்பதைக் கண்டறிய வேண்டும். நம்பிராஜன் குறிபார்த்து அடிப்பான். சொத்தென்று அந்தச் சிறு பறவை விழும். அதன் கழுத்தை ஒடித்து நான் வைத்திருக்கும் பையில் அந்தப் பறவையை நம்பிராஜன் போடுவான்.

நான் அந்தப் பகுதிக்கு இதற்கு முன் வந்ததில்லை. மணல் குன்றுகள், தென்னை மரங்கள் உள்ள பகுதிகளைக் கடந்து செல்ல வேண்டும். கடல் நீர் கடலைவிட்டு வெளியே வந்து உள்சென்றதில் ஒரு நீண்ட பகுதியில் சில இடங்களில் கணுக்கால் வரையிலும், சில இடங்களில் முழங்கால் வரையிலும் கடல் நீர் ஓடாது நிற்கும். சுற்றி சவுக்குமரக்காடுகள், வேறு சில பெயர் தெரியாத மரங்கள். பெரும்பாலும் சிறு பறவைகள் திரிந்தன.

என் பையில் பறவைகள் சேர்ந்துகொண்டே வந்தன. ஒரு கட்டத்தில் எத்தனை பறவைகள் என்று எண்ணச் சொன்னான். எண்ணினேன். பன்னிரண்டு இருந்தன. ரத்தம் என் கையில் பட்டுப் பிசுபிசுவென்று இருந்தது. தேங்கியிருந்த கடல் நீரில் கையைக் கழுவினேன்.

ஒரு மரநிழலில் உட்கார்ந்தோம். ஒருவன் சுள்ளிகளை ஒடித்துக்கொண்டு வந்தான். நம்பிராஜன் பறவைகளின் கழுத்தை வெட்டி எறிந்தான். இறகுகளை நீக்கிச் சுத்தப்படுத்தினான். கற்களை வைத்து அடுப்பு உருவாக்கிச் சுள்ளிகளை வைத்துத் தீ பற்ற வைத்தான். இரண்டு தடிமனான குச்சியினால் பற்றி உரித்த பறவைகளை ஒவ்வொன்றாக நெருப்பில் வாட்டினான். நன்றாக வெந்ததும் கொண்டு வந்திருந்த பாத்திரத்தில் வைத்தான். சூடு தணிந்ததும் ஒவ்வொருவருக்கும் இரண்டு பறவைகள் எனக் கணக்கிட்டான்.

எனக்கு அதன் சதையைப் பிய்த்துத் தின்னத் தெரிய வில்லை. நம்பிராஜன் சொல்லிக் கொடுத்தான். மசாலா, எண்ணெய் எதுவும் சேர்க்காமல் சுட்டது என்பதால் எனக்குச் சாப்பிடச் சிரமமாக இருந்தது. எப்படியோ ஒன்றைச் சாப்பிட்டு விட்டேன். உடன் வந்த ஒருவனிடம் இன்னொன்றைக் கொடுத்து விட்டேன்.

பை ரத்தக்கறை படிந்திருந்தது. அதைக் கடல் நீரில் அலசினேன். காய வேண்டும் என்பதால் இலைகள் விழுந்திருந்த இடத்தில் பையைக் காய வைத்தேன். கடற்கரைக் காற்று நன்றாக வீசிக்கொண்டிருந்தது. நாங்கள் ஓய்வெடுத்தோம்.

இருட்டுவதற்குள் வீட்டிற்குச் சென்றுவிட வேண்டும் என்று நம்பிராஜனிடம் சொன்னேன். பறவைகளில் இரண்டு பெரிய பறவைகள் அவனுடைய பங்கு. மிதப்பில் இருந்தான். நான் நினைத்த நேரத்திற்குச் சற்று நேரம் தள்ளி அனைவரும் வந்த வழி திரும்பினோம்.

திரும்பும்போதே அடிபட்டுச் சத்தம் எழுப்பிக் கீழே விழுந்து துடித்து, கழுத்து ஒடிபட்டு இறக்கும் பறவைகள் நினைவில் தோன்றின. வீட்டுக்கு வந்ததும் வாந்தி எடுத்தேன். "என்னத்தைத் தின்னே" என்று அம்மா பிடரியில் அடித்தாள்.

"நம்பிராஜன் பரோட்டா வாங்கிக் கொடுத்தான். சாப்பிட்டேன்" என்றேன்.

"பெரிய பையன்களோடு சேராதேன்னு எத்தனை தடவை சொல்றது." பிடரியில் மீண்டும் அடி விழுந்தது. அன்று இரவு தூங்கும்போது ஒரு பெரிய பறவை என்னைத் தூக்கிப் பறந்து சென்று வானவெளியிலிருந்து கடலில் போட்ட கனவைக் கண்டு எழுந்தேன்.

அடுத்த முறை என்னைப் பறவை வேட்டைக்கு அழைத்த போது பொய் சொல்லிச் செல்லாமல் இருந்துவிட்டேன். கோழிக்கறியை வீட்டில் செய்தாலும் என்னால் சாப்பிட முடியவில்லை. தீயில் வெந்த பறவைச்சதையின் வாசனை அடித்தது. என் அம்மா வற்புறுத்தியும், அடித்தும் என்னால் சாப்பிட முடியவில்லை. பிறகு கோழிக்கறி உட்பட எந்தப் பறவைக்கறியையும் சாப்பிடுவதை நிறுத்திவிட்டேன்.

அகழ் இணைய இதழ், மே 2024

●

19

மறக்க முடியாதது

மகேஸ்வரிக்குப் பேச்சு வரவில்லை. நினைவுகள் இருந்தன. படுக்கையில் கிடந்தாள். சிறுநீர் செல்வதற்குப் பை இணைக்கப்பட்டிருந்தது. மலம் எடுப்பதற்கும் குளிப்பாட்டுவதற்கும் திடமான ஒரு வேலைக்காரப் பெண்ணை நியமித்திருந்தார்கள். வீடு பெரிய வீடு. தனி அறையில் மகேஸ்வரியை வைத்திருந்தார்கள். திருமணமான மகளும் மகனும் அதே வீட்டில் வசித்தார்கள்.

மகேஸ்வரிக்கு நினைவுகள் புரண்டு கொண்டிருந்தன. கணவர் இரண்டு ஆண்டுகளுக்கு முன் இறந்துவிட்டார். என்ன அதிசயமோ அவள் நினைவில் கணவர் வருவதில்லை. திருமணமாகி அன்றைய இரவு அறையில் தனித்திருந்த காட்சி மட்டும் நினைவில் வருகிறது. அந்தக் காலத்தில் அவள் தண்டபாணியைக் காதலித்தாள். இருவரும் கடிதங்கள் பரிமாறிக்கொண்டார்கள். தனியே சந்தித்துப் பேசிக்கொண்டார்கள். தண்டபாணியின் நினைவு மறையாது. அவளின் ஆழ்மனதில் அவன் நினைவு இருக்கிறது. திருமணமான அன்றைய இரவில் கண்களை மூடினால் அவன் தோற்றமே நினைவுக்கு வந்தது. பலவிதமான காரணங்களால் அவர்களின் திருமணம் நடக்கவில்லை. இரு வீட்டாருக்கும் அவர்கள் காதல் விவகாரம் தெரியும். தெருவில் உள்ளவர்களும் லேசாக அறிந்திருந்தார்கள். திருமணம் அவசரகதியில் நடந்தது.

திருமணம் முடிந்தபின் கணவர் வேலை பார்க்கும் திருநெல்வேலிக்கு அவருடன் மகேஸ்வரி வந்துவிட்டாள். ஒரு வாரம் கடந்தது. மகேஸ்வரிக்கும் ஊர் பழகியது. சந்தைக்குக் காய்கறிகள், பலசரக்கு வாங்க மகேஸ்வரி வந்தபோது, திடீரென அவள் முன் தண்டபாணி வந்து நின்றான். அவளுக்கு உடல் நடுக்கமெடுத்தது.

"எப்படியிருக்க" என்று தண்டபாணி கேட்டான்.

அவள் தலையசைத்தாள். அவனை அவள் எதிர்பார்க்க வில்லை. திகைப்பிலிருந்தாள்.

"எனக்கு உன்னை மறக்க முடியலை. நமக்கு சங்கல்பம் இல்லை. திருமணம் நடக்கலை. உன்னை மறக்க முடியாம தினமும் சித்திரவதை அனுபவிக்கிறேன்" என்றான் தண்டபாணி.

தனக்கும் அப்படித்தான் இருக்கிறது என்று சொல்ல அவள் மனம் விரும்பியது. ஆனால் சொல்லவில்லை.

"இங்கேயெல்லாம் வராதீங்க. யாராவது பாத்தா என் வாழ்க்கை கெட்டுப் போயிரும். நீங்க போயிருங்க. இனிமே வராதீங்க. என் தலையெழுத்துன்னு நெனைச்சுக்கறேன். நீங்க போயிருங்க" என்றாள்.

"எனக்கு ஒரு யோசனை தோணுது. நாம ரெண்டு பேரும் எங்காவது ஊர்க்காரங்க கண்படாத இடத்துக்குப் போயி சேந்து வாழலாம்னு நெனைக்கிறேன். நீ சம்மதிச்சா இது நடக்கும். அதுக்கான ஏற்பாட்டைப் பண்ணலாம்" என்றான் தண்டபாணி.

ஒரு கணம் மகேஸ்வரிக்குச் சரி சொல்லிவிடலாமா என்று தோன்றியது. காய்கறிகள் இருந்த பையை இறுகப் பிடித்தாள். சுற்றுமுற்றும் பார்த்தாள். பலசரக்குக் கடைக்காரர் கடையிலிருந்தபடியே இவர்களைப் பார்ப்பதைக் கவனித்தாள். மனத்தை ஒருநிலைப்படுத்தினாள்.

"இதுபோலப் பேசாதீங்க. எனக்கு அந்த நெனைப்பு இல்லை. உங்களுக்கு அப்படித் தோணலாம். இதோட பின்விளைவுகள் நல்லா இருக்காது. இந்த எண்ணத்தைக் கைவிட்டுருங்க. நீங்க இந்த இடத்தை விட்டுப் போங்க. இனிமே என்னைத் தேடி வராதீங்க. இதுதான் கடைசி தடவையா இருக்கட்டும்... ம்... போங்க..."

அவள் போங்க என்ற வார்த்தையைக் கட்டளையிடுவது போல் சொன்னாள். அவன் திரும்பி நடந்தான். சற்றுத்

தொலைவு சென்று திரும்பி அவளைப் பார்த்தான். பிறகு சென்றுவிட்டான். மீண்டும் வரவில்லை.

தண்டபாணியுடன் பழகியது அவள் நினைவில் வந்து கொண்டிருந்தது. பல ஆண்டுகள் ஆகிவிட்டன. மனதில் அவன் நிறைந்திருக்கிறான். மகேஸ்வரியைக் குளிப்பாட்டும் நேரம். வேலைக்காரப் பெண் அவள் ஆடைகளைக் களைந்து, பாத்ரூமிற்குள் தூக்கிச் சென்று பிளாஸ்டிக் சேரில் உட்கார வைத்துக் குளிப்பாட்டுவாள். அதற்கு முன் சிறுநீர்ப்பையைக் காலி செய்து மீண்டும் மாட்டுவாள்.

அவள் மகேஸ்வரியைத் தூக்கிச்சென்று குளிப்பாட்டும் போது மகேஸ்வரியின் வாய் திறந்து 'தண்டபாணி' என்று உச்சரித்தது. வேலைக்காரப் பெண்ணுக்கு மகேஸ்வரியின் வாயிலிருந்து வார்த்தை வருவது ஆச்சரியமாக இருந்தது. குளிப்பாட்டி, துடைத்து, படுக்கையில் கிடத்தினாள்.

வேலைக்காரப் பெண் மகேஸ்வரியின் மகளிடம் சென்று, "உங்க அம்மா இன்னைக்கு வாய்திறந்து ஒரு வார்த்தை 'தண்டபாணி'ன்னு சொன்னாங்க" என்றாள்.

மகளுக்கு அந்தப் பெயரைக் கேட்டதும் திடுக்கென்று இருந்தது. "வேற ஏதாவது சொன்னாங்களா" என்றாள்.

"இல்லைம்மா அந்த ஒரு வார்த்தைதான் சொன்னாங்க."

"சரி நீங்க மத்த வேலையைப் பாருங்க" என்றாள் மகள்.

பிறகு மகேஸ்வரி இருக்கும் அறைக் கதவைத் திறந்து மகள் அவளைப் பார்த்தாள். மகேஸ்வரி கண்மூடிப் படுத்திருந்தாள். 'எப்படி மறக்க முடியும்' என்று மகள் நினைத்துக்கொண்டாள்.

அகழ் இணைய இதழ், மே 2024

●

20

நினைக்கவில்லை

மொட்டை மாடியில் பாய் விரித்துப் படுத்திருந்தாள் ஜானகி. மேலே நிலா. குளிர்ச்சியான காற்று. செல்வாக்குடனும் மகிழ்ச்சியுடனும் இருந்த வாழ்வு கணவரின் மறைவிற்குப் பின் மாறி விட்டதை உணர்ந்து வருத்தப்பட்டாள். ஜானகி ஏழ்மையான குடும்பப் பின்னணி உடையவளாக இருந்தாள்.

குடும்பச் சூழ்நிலை காரணமாகப் பொதுப் பணித்துறை பொறியாளருக்கு இரண்டாம் தாரமாக வாழ்க்கைப்பட்டாள். முதல் மனைவி துரதிர்ஷ்டவசமாக விபத்தில் இறந்துவிட்டாள். ஐந்து வயதில் பெண் குழந்தை இருந்தது. அந்தக் குழந்தையை ஜானகி தன் குழந்தைபோல் வளர்த்தாள். குழந்தையும் பாசத்துடன் வளர்ந்தது. அக்குழந்தை பருவ வயதடைந்து படிப்பை முடித்தபின் நல்ல வசதியான இடத்தில் சீர் செய்து திருமணம் முடித்தார்கள். மாப்பிள்ளை வீட்டுக் காரர்கள் நல்ல எண்ணம் உடையவர்கள் இல்லை. மகள் வந்தனாவின் மனத்தைக் கெடுத்துவிட்டார்கள்.

கணவர், ஜானகியிடம் அன்பாகவும் நட்புட னும் இருந்தார். மாமிசம் விரும்பிச் சாப்பிடுவார். ஜானகி மாமிசம் சாப்பிடுவதைக் குறைக்கச் சொல்லிப் பார்த்தாள். ஒருநாள் மாரடைப்பில் இறந்துவிட்டார். அவர் இறந்து காரியம் முடிந்தபின் தான் தனியாக நிற்பதாக உணர்ந்தாள் சூழ்நிலை தலைகீழாக மாறிவிட்டது.

அவர்கள் குடியிருந்த வீடு கணவரின் சுயசம்பாத்தியத்தில் கட்டியது. அதில் கணவரின் மரணத்திற்குப்பின் ஜானகி வசிக்கிறாள். வங்கிக் கணக்குகளுக்கு நாமினியாக ஜானகியை நியமித்திருந்தார். குடும்பப் பென்ஷன் ஜானகிக்கு வர ஆரம்பித்தது. இந்தச் சூழ்நிலைக்கு ஜானகி பழகினாள். கூட வேலை பார்த்த சிலர் உதவி செய்தார்கள்.

சாதனா, வீட்டில் ஒரு வாரம் இருந்து செல்வதற்காக வந்தாள். அப்போது ஜானகியுடன் அவளுக்கு வாக்குவாதம் ஏற்பட்டது.

"இந்த வீடு எனக்கு வேணும். வேற சொத்து இல்லை. அதனாலே எனக்குத்தான் கொடுக்கணும்."

"நான் உயிரோடு இருக்கும்வரை இருந்துக்கறேன். அதற்குப் பிறகு உனக்குத்தானே சேரும்."

"அதுவரைக்கும் பொறுத்திருக்க முடியாது. என் வீட்டுக் காரர் முரடரு. உங்களை வெளியேத்தியிருவாரு."

"என்னை ஏன் வெளியேத்தணும். நான் வரும்போது உனக்கு அஞ்சு வயசு. உனக்கு நான்தானே எல்லாம் பண்ணினேன். எனக்குக் குழந்தை பிறந்து உனக்குப் பாதிப்பு ஏற்பட்டால் என்ன செய்றதுன்னு அவரு, என்னைக் குடும்பக் கட்டுப்பாடு செய்யச் சொல்லிட்டாரு. நானும் உன்னை என் பிள்ளையா நெனைச்சு குடும்பக் கட்டுப்பாடு பண்ணிக்கிட்டேன். உனக்கும் பின்னாடி இது தெரியும். உனக்கு நான் ஒரு குறையும் வைக்கலை. ஏன் இப்படி மாறிப்போயிட்டே."

"நீங்க என்னைப் பெத்த அம்மாவா. இடையிலேதானே வந்தீங்க" என்றாள் சாதனா.

ஜானகிக்கு நெஞ்சடைப்பதுபோல் இருந்தது. கண்களில் நீர் வழிந்தது. "சரி நீயே வச்சுக்க. நான் என் கூடப்பிறந்தவங்க இருக்கற ஊருக்குப் போயிர்றேன். பதினைஞ்சு நாள் டைம் எடுத்துக்கறேன்."

"போறப்ப போன் பண்ணினா எங்க வீட்டுக்காரரு நேர்லே வந்து சாவியை வாங்கிக்குவாரு."

பேச்சு முடிந்தது. சாதனா ஊருக்குக் கிளம்பினாள். ஜானகி கதவைச் சாத்திக்கொண்டு அழுதாள். தன் மகளாக வளர்த்தவள் இப்படி எடுத்தெறிந்து பேசிச் செல்வதை அவளால் தாங்க முடியவில்லை. கணவர் இருந்தவரை எல்லாம் பிரச்சினையில்லாமல் இருந்தது. அவர் பெரிய அரணாக இருந்திருக்கிறார். இப்போது ஜானகி தனி ஆள். உடன்

பிறந்தவர்கள் இருந்தாலும் அவர்கள் சாமான்ய நிலையில் இருப்பவர்கள். இவள்தான் அவர்களுக்கு உதவி செய்யவேண்டிய நிலை.

சொன்னபடியே சாவியை சாதனாவின் கணவரை வரச்சொல்லிக் கொடுத்துவிட்டாள். அவர் வீட்டைச் சுற்றிப் பார்த்தார். எதுவும் கேட்கவில்லை. தேவையான பொருட்களை ஏற்கெனவே பேக்கர் மூலமாக ஊருக்கு அனுப்பியிருந்தாள். ஜானகி பார்த்து வைத்திருந்த வாடகை வீட்டில் பொருட்களை இறக்க ஏற்பாடு செய்திருந்தாள்.

தன் ஊரில் பிடித்திருந்த வாடகை வீட்டின் மொட்டை மாடியில் படுத்துத்தான் ஜானகி தன் வாழ்க்கையைப் பரிசீலனை செய்துகொண்டிருக்கிறாள். சாதனா, சிறுபிள்ளையாக இருக்கும்போது அவளுக்குச் சடை பின்னி, யூனிபார்ம் உடுத்தி பள்ளிக்கு அனுப்பும் காட்சி, சடங்கு நடந்த காட்சி, கல்லூரி செல்லும் காட்சி, திருமண ஏற்பாடுகள் நடந்த காட்சிகள், திருமணக் காட்சிகள் ... எனப் பல காட்சிகள் அவள் மனத்தில் தோன்றின. சாதனாவின் மேல் கோபம் வந்தது. ஜானகியின் மனம் மாறியது. சாதனாவைத் தன் மகளாக ஜானகி இப்போது நினைக்கவில்லை.

அகழ் இணைய இதழ், மே 2024

●

21

தழும்பு

டேப் ரிக்கார்டர் உபயோகத்தில் உள்ள காலம். நான் மலேசியாவிலிருந்து வந்த பயணியிடம் ஒரு டேப் ரிக்கார்டர் வாங்கினேன். நல்ல துல்லியமான சப்தத் தெளிவுடன் கேசட்டிலிருந்து பாட்டு ஒலித்தது. ரேடியோவும் கேட்கலாம்.

கேசட்டில் பாடல்கள் பதிவுசெய்து கொடுப்பதற்கென்றே கடைகள் இருந்தன. கையால் எழுதப்பட்ட பாடல் முகப்பு வரிகள் கொண்ட பேப்பர்களை ஒரு பைல்போலத் தயார்செய்து வைத்திருப்பார்கள். நாம் தேவையான பாடல்களைக் குறித்துக் கொடுத்தால் தங்களிடமுள்ள கேசட்டில் அப்பாடல்களைப் பதிவுசெய்து கொடுப்பார்கள். பாடல்கள் பதிவுசெய்யப்பட்ட கேசட்களை டேப் ரிக்கார்டரில் போட்டுக் கேட்கும் அனுபவம் ஆனந்தமானது.

நான் வசிக்கும் தெருவில் சில வீடுகள் தள்ளி என் நண்பரின் வீடு இருந்தது. இரவு ஒன்பது மணி வாக்கில்தான் அவர் வேலை முடிந்து, மதுக்கடைக்குச் சென்றுவிட்டு வீட்டுக்கு வருவார். என் வீட்டில் பாட்டு ஒலிப்பதைக் கேட்டுக்கொண்டே செல்வார். அடுத்த நாள் சந்தித்தால் கேட்ட பாடல்களைச் சொல்வார்.

திடீரென்று டேப் ரிக்கார்டரில் பிரச்சினை. சரியாகக் கேட்கவில்லை. டேப் உள்ளேயே சமயங்களில் சிக்கிக்கொண்டது. சிக்கெடுக்கும்போது டேப் பிய்ந்துவிடுகிறது. ஏதாவது டேப் ரிக்கார்டர்

ரிப்பேர் கடை இருக்கிறதா என்று வெளியே சென்றுவரும் போது பார்ப்பேன். அண்ணா நகரில் ஒரு கடை 'பிரபா எலெக்ட்ரானிக்ஸ்' என்ற பெயரில் இருந்தது. 'டேப் ரிக்கார்டர், ரேடியோ ரிப்பேர் பார்க்கப்படும்' என்று போர்டில் எழுதி யிருந்தது.

நான் டேப் ரிக்கார்டரை எடுத்துக்கொண்டு அந்தக் கடைக்குச் சென்றேன். டேப் ரிக்கார்டரில் கேசட் போட்டுச் சரிபார்த்தான். அவன் மூக்கில் தையல் போட்ட தழும்பு இருந்தது.

"ஸார் டேப் ரிக்கார்டரைக் கழட்டித்தான் பாக்கணும். ஒரு நாள் ஆகும். கொடுத்துட்டுப் போங்க."

நான் ஒரு ஸ்டூலில் உட்கார்ந்திருந்தேன். பேச்சுக் கொடுப்பது என் வழக்கம்.

"தம்பி எந்த ஊரு."

"நான் இலங்கை அகதி. ஆனையூர் முகாம்லே தங்கி யிருக்கேன். இங்கே வந்து பதினைஞ்சு வருஷமாயிருச்சு. பதிமூணு வயசுலே வந்தேன். எனக்குச் சொந்த ஊரு வல்வெட்டித்துறை. தலைவர் பிறந்த ஊரு. போர் உக்கிரமா நடந்த நேரம். வீட்டுக்கு ஒருத்தர் நாட்டுக்கு வேணும்னு சொன்னாங்க. என் அண்ணனை சேத்துக்கிட்டாங்க. என்ன ஆனான்னு தெரியலை. செத்துப்போயிட்டான்னு பேசிக்கிட்டாங்க. போருக்கு ஆள் பத்தலை. என் அப்பாவும் அம்மாவும் பயந்துபோனாங்க. எனக்குப் பதிமூணு வயசு. என்னை எப்படியோ பக்கத்து வீட்டுக்காரப் பையன்களோட கள்ளத்தோணியிலே ஏத்தி விட்டாங்க. முதல்லே மண்டபம் முகாம்லே ரிஜிஸ்டர் பண்ணி அங்கு இருந்தேன். பிறகு இப்ப ஆனையூர் முகாம்லே இருக்கேன். எப்படியோ வாழ்ந்தேன். தொழில் கத்துக்கிட்டேன். தங்க இடமும் அரசாங்க உதவியும் இருக்கு."

"நீங்க அங்கேயே இருந்தா என்ன ஆகியிருக்கும்."

"போருக்குப் போயி செத்துப்போயிருப்பேன். போராளி களுக்குத் தேவை பொடியன்கள்."

"அப்பா, அம்மா என்ன ஆனாங்க."

"அப்பா, அம்மா குண்டுவீச்சில் இறந்துபோயிட்டாங்க. பூர்வீக வீடு பாழடைஞ்சு கிடக்கு. இனி அங்கே போயி என்ன செய்றது. இங்கேயே இன்னொரு அகதிப் பெண்ணைப் பாத்துக் கல்யாணம் பண்ணிக்கிட்டேன். குழந்தையும் இருக்கு.

எங்களுக்குக் குடியுரிமையும் கொடுக்கலை. அதனாலே பல இடைஞ்சல். சொத்து வாங்க முடியாது. டூ வீலர் லைசென்ஸ் வாங்குறதுக்கு அலைக்கழிய வேண்டியிருக்கு. என் கதை பெரிய கதை. அந்தக் கதையைக் கேட்டா இன்னும் நீளமாப் போகும். நாளைக்கி வாங்க ஸார். சாயந்தரமா வாங்க." என்றான்.

"பேரென்ன" என்று கேட்டேன்.

"சாந்தரூபன் மயில்வாகனன்" என்றான்.

நான் அடுத்தநாள் சென்றேன். தயாராக வைத்திருந்தான். அவன் கேட்ட தொகையைக் கொடுத்து டேப் ரிக்கார்டரை வாங்கி வந்தேன். சில காலத்தில் நான் படிப்பு முடித்து அமெரிக்கா சென்று, அங்கேயேயே வேலைபார்த்தேன். என் குடும்பமும் தஞ்சாவூருக்கு மாறிவிட்டது. 2009இல் இலங்கைப் போர் முடிவடைந்துவிட்டது. நான் சமீபத்தில் ஒரு திருமணத்திற்கு மதுரை வந்தபோது அண்ணா நகரில் அந்தக் கடை இருந்த பகுதிக்கு வந்தேன். எல்லாமே மாறியிருந்தது. அந்தக் கடை இருந்த இடத்தையும் அருகிலுள்ள இடங்களையும் சேர்த்து ஒரே இடமாக்கி, அங்கு ஜவுளிக்கடை இருந்தது. இந்த இடத்திற்கு எதிர்த்தாற்போல் ரோட்டில் இருந்த சிறு பிள்ளையார் கோயிலின் மூலம் இந்த இடத்தை நான் அடையாளம் கண்டேன்.

பக்கத்துக் கடைக்காரரிடம் 'பிரபா எலெக்ட்ரானிக்ஸ்' கடை பற்றி விசாரித்தேன். ஒருவருக்கும் தெரியவில்லை. அந்த இளைஞன் எப்படியோ இலங்கை சென்றிருப்பான் என்று நினைத்துக்கொண்டேன்.

இரண்டு நாட்கள் கழித்து என் பிறந்தநாள் வந்தது. அரசாங்க மனநல விடுதிக்குச் சென்று சில உதவிகள் செய்ய ஏற்பாடு செய்தேன். அந்த மனநல விடுதியில் மூக்கில் தையல் போட்ட தழும்பு உடைய ஒரு மனிதனைப் பார்த்தேன்.

அகழ் இணைய இதழ், மே 2024

●

22

ஒரு தந்தை

மனைவி இறந்த நாளிலிருந்து பத்தாவது நாள், மனைவியின் தாலிக்கொடியை நகைக்கடையில் விற்றுக் காசாக்கி, பம்பாய் சென்ற ராமகிருஷ்ணன், குடும்பத்தார் எவர் கண்ணிலும் படாமல் வாழ்ந்தார். அவர் செல்லும்போது மகனுக்கு ஐந்து வயது, மகளுக்கு மூன்று வயது. அவ்வப்போது ஆரம்பத்தில் குழந்தைகள் நினைவு வந்தாலும் பிறகு மறந்துவிட்டார். வாழ்க்கையில் பிழைப்பே பெரும் போராட்டமாக இருந்தது. வேறு திருமணம் செய்துகொள்ள வசதி வாய்ப்பு இல்லை. கிடைத்த இடத்தில் வேலை பார்த்துப் பசி போக்கி வாழ்ந்தார்.

அவரின் இரண்டு குழந்தைகளையும் மனைவியின் திருமணமாகாத தங்கை சௌபாக்கியவதி வளர்த்தாள். அவளுக்கு அரசு வேலை கிடைத்தது. அந்த வேலையையும் பார்த்துக்கொண்டு குழந்தைகளையும் வளர்த்து வந்தாள். திருமணம் செய்துகொண்டால் இரண்டு குழந்தைகளையும் என்ன செய்வது, யார் கவனித்துக்கொள்வது என்ற எண்ணத்தில் சௌபாக்கியவதி திருமணம் செய்துகொள்ளவில்லை.

காலப்போக்கில் சௌபாக்கியவதிக்குத் திருமண வயது கடந்துவிட்டது. குழந்தைகளைப் படிக்க வைத்து ஆளாக்கினாள். உரிய காலத்தில்

பையனுக்கும் பெண்ணுக்கும் திருமணம் செய்துகொடுத்தாள். இருவருமே சௌபாக்கியவதியின் தியாகத்தை உணர்ந்தவர்களாக இருந்தார்கள். இருவருமே நல்ல வேலையில் இருக்கிறார்கள்.

சௌபாக்கியவதியின் பூர்வீக வீட்டில் அவளுடன் திருமணமான மகன் ராஜா வசிக்கிறான். மகள் நாமக்கல்லில் கணவருடன் வசிக்கிறாள். திருமணமான புதிதில், திருமணமா காத சித்தி ஒரு அறையில் இருக்க இன்னொரு அறையில் மனைவியுடன் இருப்பது ராஜாவுக்குக் கூச்சமாகவும் சங்கடமாக வும் இருந்தது. எனவே தனிக்குடித்தனம் போய்விட்டான். தற்போது சௌபாக்கியவதிக்கு வயதாகிவிட்டதால் அவளுடன் ராஜா தன் மனைவி குழந்தைகளுடன் வசிக்கிறான்.

ராமகிருஷ்ணனுக்கு வேலை செய்ய முடியவில்லை. உடல் மெலிந்துகொண்டே வந்தது. சோர்வு எந்நேரமும் இருந்தது. உடலில் வலு இல்லை. ஓயாத இருமல். நீரிழிவு நோய். மாத்திரை ஒழுங்காகச் சாப்பிடுவதில்லை. நல்ல உணவும் அவருக்கு இல்லை. திருச்சியில் மனைவியின் பூர்வீக வீட்டில்தான் ராமகிருஷ்ணன் குடும்பம் இருந்தது. அந்த வீட்டை விற்காமல் இருந்தால், தனது வாரிசுகளோ மனைவியின் தங்கையோ அந்த வீட்டில் இருக்கலாம் என்ற எண்ணம் ராமகிருஷ்ணனுக்கு ஏற்பட்டது.

கஷ்டப்பட்டு திருச்சிக்கு வந்துவிட்டார். வீடு விற்கப்பட் டிருந்தாலும் பரவாயில்லை. பம்பாயில் சாவதற்குப் பதிலாக திருச்சியில் சாவோம் என்று நினைத்தார். தோளில் ஒரு பை. அழுக்குச்சட்டை, வேட்டியுடன் அந்த வீட்டைத் தேடினார். தெருவே மாறியிருந்தது. எப்படியோ வீட்டைக் கண்டுபிடித்து விட்டார். வீட்டின் முன் நின்றபோது பெருங்குழப்பம் ஏற்பட்டு வந்த வழியே சென்றுவிடலாமா என்று எண்ணம் ஏற்பட்டது.துணிச்சலை ஏற்படுத்திக்கொண்டு கதவைத் தட்டினார்.

ராஜா கதவைத் திறந்து பார்த்தான். வந்திருப்பது யார் என்று தெரியவில்லை. ராமகிருஷ்ணன் கேட்டார். “உன் பேர் ராஜாவா.”

“ஆம். உங்களுக்கு யார் வேணும்” என்று கேட்டான் ராஜா.

“நான் ராமகிருஷ்ணன். உன் அப்பா” என்றார்.

அடுத்த நொடி அவர் கன்னத்தில் ராஜா அறைந்தான். கதவை ஓங்கிச் சாத்தினான். ராமகிருஷ்ணன் கீழே விழுந்து

விட்டார். எழுந்து தோளிலிருந்து பையை எடுத்துக்கொண்டு தெருவை விட்டு வெளியே வந்தார். பிள்ளைகளை நிர்க்கதியாய் விட்டுச் சென்றதற்குக் கிடைத்த தண்டனை என்று நினைத்தார். அவரிடம் உள்ள இயற்கையான மூர்க்கம் அவரை இயக்கியது. ரயில்வே ஸ்டேஷனுக்குச் சென்றார். தண்டவாளத்தை ஒட்டி நடந்தார். தண்டவாளத்தில் நடந்தார். பிறகு இறங்கி தண்டவாளத்தை ஒட்டி நடந்தார். அங்கிருந்த ஒரு கல்லில் உட்கார்ந்தார். ரயில் வரட்டும் என்று காத்திருந்தார்.

22 ஏப்ரல் 2024

●

23

சூழ்ச்சிகளின் களம்

மேன்மை மிகுந்த அரசரின் விதூஷகனாக நான் இருக்கிறேன். மேன்மை மிகுந்த அரசர் என்னை அழைக்கும்போது நான் நகைச்சுவையாகப் பேசி அவருக்குச் சிரிப்பை உண்டாக்க வேண்டும். கோமாளித்தனமான சேட்டைகள் செய்ய வேண்டும். அப்போது கோமாளிக்கான உடைகள் அணிந்திருப்பேன். கலர் கலராய் ஒட்டுப்போட்ட துணிகளால் ஆனவை அந்த உடைகள்.

புதிய புதிய நகைச்சுவைகள் தயார் செய்வது கடினமான செயல். நடனம் ஆடி விழுவது கேவலமான செயல். ஆனால் இதெல்லாம் விதூஷகனின் வேலை. எனக்கு அரசகுமாரியின் மீது காமம் ஏற்பட்டது. அரசகுமாரி முகத்தை மெல்லிய துணியால் மூடியிருப்பாள். அதற்குள்ளே அவள் முகம் வசீகரமாகத் தெரியும். விழுந்து விழுந்து சிரிக்கும்போது சமயங்களில் அவள் முகம் துணி விலகித் தெரியும். என் நெஞ்சம் துடிக்கும்.

திடீரென்று எனக்கு அரசனைக் கொன்று அரசகுமாரியை அடைய வேண்டும் என்ற எண்ணம் ஏற்பட்டது. படைகள் தளபதியின் உத்தரவுக்குக் கட்டுப்பட்டவை என்றாலும் அரசன்தான் தலைவன் என்ற எண்ணம் படைவீரர்களுக்கு இருப்பதால் அரசனின் கட்டளை இல்லாமல் தளபதி ஏதும் செய்ய முடியாது.

தளபதியை என் எண்ணத்திற்கு வசப்படுத்த வேண்டுமென்று நினைத்தேன். தளபதியைப் பார்க்கச் சென்றேன். வாயிற்காப்போன்களிடம் விதூஷகன் பார்க்க வந்திருப்பதாகத் தெரிவிக்கச் சொன்னேன். உள்ளே சென்ற ஒரு வாயிற்காப் போன் என்னை வரச் சொல்வதாகக் கூறினான். நான் உள்ளே சென்றேன்.

அகங்காரம் கொண்ட அந்தத் தளபதி சாய்வான சிம்மாசனத்தில் அமர்ந்திருந்தான். நான் சென்று அவன் முன் பணிந்து நின்றேன். நான் விதூஷக உடையில் செல்லவில்லை. என்னைச் சற்றுத் தள்ளியிருந்த ஆசனத்தில் அமரச் சொன்னான். என்னை அமரச் சொன்னதினால் நான் ஆச்சரியமடைந்தேன். தளபதி நிதானத்தில் இருக்கிறானா அல்லது என்னை வேறு யாரோ என்று நினைத்துவிட்டானா என்று நினைத்துத் தயங்கினேன்.

"உட்காருங்கள் விதூஷகரே. என்ன விஷயம்" என்று கேட்டான்.

நான் அமர்ந்தேன். நான் சொல்ல வந்த விஷயத்தைக் கூறினால், உடைவாளை எடுத்து என் தலையைக் கொய்யலாம் அல்லது உடன்படலாம். உயிரை வைத்து இப்படிக் கோணல் ஆட்டம் ஆடிக்கொண்டிருப்பதற்கு நினைத்ததைக் கூறிச் சாவது மேலானது என்று நினைத்துக்கொண்டேன். நான் சாதுரியமாகப் பேச வேண்டும்.

"தளபதி அவர்களே உங்களுக்கு ராஜகளை இருக்கிறது என்பதை அறிவீர்களா" என்றேன்.

"ஆம். அறிவேன். பலரும் சொல்கிறார்கள்."

"நீங்கள் மேன்மை மிகுந்த அரசராக வேண்டும். எனக்கு முக சோதிடம் கணிக்கத் தெரியும். என் முன்னோர்கள் எனக்கு அருளியது அந்தக் கலை. அதன்படி நீங்கள் அமர்ந்திருக்க வேண்டியது மேன்மை மிகுந்த அரசரின் ஆசனம்."

"அது எப்படி நடக்கும்."

"படைகள் உங்கள் கட்டுப்பாட்டில் இருந்தால் இது நடக்கும். அரசன் இறந்துவிட்டால், கட்டளை பிறப்பிக்கத் தலைவன் இல்லாததால், அவரின் உடன் இருக்கும் படைகூட ஸ்தம்பித்துவிடும். கட்டளை இடும் இடத்தில் நீங்கள் இருப்பீர்கள். நீங்கள் சொல்வதையே படை கேட்கும். நீங்களே மேன்மை மிகுந்த அரசர்."

“அரசர் எப்படி இறப்பார்.”

“என்னுடைய விதூஷக நடவடிக்கையின்போது நான் அவரைக் கொல்வேன். நீங்கள் வந்து அந்தச் சூழ்நிலையில் கட்டளை பிறப்பிப்பவராக மாற வேண்டும். நான் தப்பிக்க வழி ஏற்படுத்திக் கொடுக்க வேண்டும். அரசகுமாரியை நான் அடைய வேண்டும். எங்கள் இருவரின் திருமணத்தை நீங்கள் எளிமையாக நடத்தி வைக்க வேண்டும்.”

நேரம், நாள் எல்லாவற்றையும் குறித்தோம். மேன்மை மிகுந்த அரசரைச் சுற்றி இருக்க வேண்டிய படை வீரர்கள் தளபதிக்கு விசுவாசமானவர்களாக இருக்க வேண்டும் என்று திட்டம் தீட்டினோம்.

அந்த நாளும் வந்தது. என்னுடைய விதூஷக நடவடிக்கையால் மேன்மை மிகுந்த அரசர் வயிற்றைப் பிடித்துக்கொண்டு சிரித்தார். அரசகுமாரி முகத்தை மெல்லிய துணியை அணிந்து மறைத்திருந்தாள். நான் மேன்மை மிகுந்த அரசர் சிரித்துக் கொண்டிருக்கும்போது பாய்ந்து மறைத்து வைத்திருந்த கத்தியினால் அவரது இடது நெஞ்சில் ஆழமாகக் குத்தினேன். மேன்மை மிகுந்த அரசர் கை கால் இழுத்து இறந்து விட்டார். அரசகுமாரி அலறினாள். தளபதி உள்ளே நுழைந்தான். என்னைக் கைது செய்து சிறையில் அடைக்க உத்தரவிட்டான். நான் சிறையில் அடைக்கப்பட்டேன். மேன்மை மிகுந்த அரசராகத் தளபதி பதவி ஏற்றுக்கொண்டதுடன் அரசகுமாரியையும் மணந்துகொண்டதாக அறிந்தேன். மக்கள் முன்னிலையில் சிரச்சேதம் செய்வதற்காக என்னை உயிருடன் வைத்திருக்கிறார்கள் என்றும் அறிந்தேன்.

22 ஏப்ரல் 2024

●

24

நல்ல பெண்

நானும் என் நண்பரும் டில்லி உச்ச நீதிமன்றத்தில் உள்ள ஒரு வழக்குக்காக டில்லி சென்று தமிழ்நாடு ஹோட்டலில் தங்கியிருந்தோம். சாப்பாடு ஆந்திர அரசு ஹோட்டலில். காரமாகவும் ருசியாகவும் இருந்தது. ஐம்பது ரூபாய்க்கு ஒரு மீன் துண்டம் அல்லது மட்டன் வருவல் அல்லது சிக்கன் வருவல் வாங்கிக்கொள்ளலாம். தற்போது என்ன விலை வைத்திருக்கிறார்கள் என்று தெரியவில்லை.

ரயிலில் திரும்பி வரும்போது ரிசர்வ் பெட்டி என்ற எண்ணமே இல்லாது வடநாட்டுக் கூட்டம் எங்கள் பெட்டியில் ஏறி உட்கார்ந்தது. எங்களுக்கு சைடு கீழ் பெர்த்தும் அதற்கு மேலே உள்ள பெர்த்தும் ஒதுக்கப்பட்டிருந்தன. மேல் பெர்த்திலும் அந்தப் பெட்டியில் இருந்த அனைத்து இடங்களிலும் வடநாட்டுக்காரர்கள் உட்கார்ந்திருந்தார்கள். இடம் கிடைக்காதவர்கள் தரையிலும் உட்கார்ந் திருந்தார்கள். தமிழ்நாட்டில் இவ்வாறு நடப்பது இல்லை. மொழியும் பிரச்சினையாக இருந்தது. காது கேளாதவர்கள்போல இருந்தார்கள்.

என்னுடன் வந்த நண்பர் ஆக்கிரமிப்பாளர்களிடம் ஆங்கிலத்தில் பேசினார். அவர்களுக்குத்தான் ஆங்கிலம் தெரியாதே. மற்ற பயணிகளும் பேசிப் பார்த்தார்கள். அவர்கள் இறங்கும் ரயில் நிலையம் வரும்வரை ஒன்றும் செய்ய முடியாது. எனக்கு எதிரே இருந்த மேல் பெர்த்தில் நான்கு பெண்கள் உட்கார்ந்திருந்தார்கள்.

சைடு கீழ் பெர்த் என்பதால் நாங்கள் தனி இருக்கைகளில் உட்கார்ந்திருந்தோம். மற்ற கீழ் பெர்த்தில் இருந்தவர்கள் சிரமப்பட்டு ஆக்கிரமிப்பாளர்களுடன் உட்கார்ந்திருந்தார்கள். டிக்கெட் பரிசோதகர் ஆரம்பத்திலிருந்தே வரவில்லை. வந்தாலும் அந்த ஒற்றை மனிதரால் செய்யக்கூடியது ஏதுமில்லை.

மேல் பெர்த்தில் இருந்த நான்கு பெண்களுக்கிடையே ஏதோ வாக்குவாதம் ஏற்பட்டது. ஒரு பெரியவர் ஏதோ சொல்லி அதட்டினார். ஒன்றும் சமாதானமாகவில்லை. ஒரு நிலையில் அந்தப் பெண்கள் பெர்த்திலிருந்து கீழே இறங்கிச் சண்டை யிட்டார்கள். மற்ற ஆக்கிரமிப்பாளர்கள் அவர்கள் சண்டையிடு வதற்கு வசதியாக இடம் அமைத்துக்கொடுத்தார்கள்.

திடீரென்று அந்தப் பெண்களுக்குள் கைகலப்பு ஏற்பட்டது. அடித்துக்கொண்டார்கள். அப்பெண்களுள் அழகாகவும் கவர்ச்சியாகவும் இருந்த பெண் என் நண்பரின் மடியில் விழுந்தாள். நண்பர் அணைத்துப் பின் அவளை விடுவித்தார். அவள் அவரை மோகப் பார்வை பார்த்துவிட்டு மீண்டும் எழுந்து வாக்குவாதம் பண்ணினாள். அடுத்த பகுதியில் இருந்த சில வயதான ஆக்கிரமிப்பாளர்கள் வாக்குவாதம் செய்து கொண்டிருந்த பெண்களை விலக்கிவிட்டார்கள். நான்கு பெண்களையும் வெவ்வேறு இடத்திற்குப் பிரித்துவிட்டார்கள். அழகி எங்கள் பகுதியிலேயே தங்கிவிட்டாள். நண்பரைப் பார்க்கும்படியாக அவள் தரையில் உட்கார்ந்திருந்தாள். நண்பரும் அவளும் ஒருவரையொருவர் பார்த்துக்கொண்டிருந்தார்கள்.

ஒரு ஸ்டேஷனில் ஆக்கிரமிப்பாளர்கள் கூட்டம் இறங்கி விட்டது. அழகி மட்டும் தங்கிவிட்டாள். நண்பர் அவளிடம் பேசினார். இவர் பேசியது அவளுக்கும், அவள் பேசியது இவருக்கும் புரிந்ததாகத் தெரியவில்லை. "மாட்டிக் கொள்ளாதீர்கள். திருட்டுக் கூட்டம்போல இருக்கிறது" என்று நண்பரிடம் எச்சரித்தேன்.

நம் நாடு ஒருபுறம் ஆடம்பரமும் அழகியலும் உடைய தாகவும் இன்னொரு புறம் பாமரக் கூட்டமும் கொண்டதாக இருக்கிறது என்று நான் நினைத்துக்கொண்டேன். நண்பரும் அழகியும் பெட்டியின் கதவுப்பக்கம் சென்று பேசினார்கள்.

'நடப்பது நடக்கட்டும்' என்று நினைத்தேன். நண்பர் பெண்களின் மீது சபலப் புத்தி உடையவர். நாங்கள் இறங்கிய ஸ்டேஷனில் எங்களுடன் அவளும் இறங்கினாள். நாங்கள் இந்த ஊரில் தங்கியிருந்து அடுத்த நாள் திருச்சிக்குச் செல்லும் ரயிலில் செல்லத் திட்டமிட்டிருந்தோம். நண்பர் தனியே தங்கிக்கொள்வதாகவும் தன்னுடைய ரயில் டிக்கெட்டை

முடிந்தால் ரத்து செய்யுமாறும் ஒன்றிரண்டு நாளில் திருச்சிக்கு வருவதாகவும் என்னிடம் சொன்னார். நான் நண்பரைத் தனியே அழைத்து அறிவுரை சொன்னேன். அவர் தலையைத் தலையை ஆட்டினாரே தவிர தலையில் ஏதும் ஏறியதாகத் தெரியவில்லை.

நண்பர் சில நாட்கள் கழித்து அலுவலகம் வந்தார். இந்த ஊரிலேயே வேறு ஒரு வீடு பார்த்து அந்த அழகியை வைத்திருப்பதாகவும், அவளுடன் குடித்தனம் நடத்துவதாகவும் தெரிவித்தார்.

நண்பர் இரண்டு குடும்பத்துடனும் இருந்து வந்தார். காலம் ஓடியது. ஒருநாள் தன்னுடைய நகைகளையும் பணத்தையும் எடுத்துக்கொண்டு அந்தப் பெண் ஓடிவிட்டதாகக் கூறினார். காவல்துறையில் புகார் கொடுக்கவில்லை. அவளைப் பற்றிக் கேட்டபோது, "அவள் மிக நல்லவள். அவளின் பழக்கத்தை அவளாலேயே மாற்ற முடியவில்லை" என்று கனிவாகக் கூறினார்.

22 ஏப்ரல் 2024

●

25

அழகிய பெண் ஓவியம்

அந்த ஓவியனுக்கு ஓர் அழகான பெண் படம் வரைய வேண்டிய தேவை இருந்தது. அதற்காகக் கோவையின் பல பாகங்களில் அலைந்துகொண்டிருந்தான். அவன் மனதிற்குத் திருப்தி ஏற்படவில்லை. சாய்பாபா கோயிலுக்கு அந்தி நேரத்தில் சென்றான். நவீன முறையில் கட்டப்பட்ட, சில ஒழுங்குகளைக் கடைப்பிடிக்க வற்புறுத்தும் வெளிச்சமான கோயில்.

அங்குள்ள கிரானைட் பெஞ்சில் அமர்ந்து வருகிறவர்களையும் போகிறவர்களையும் வேடிக்கை பார்த்துக்கொண்டிருந்தான். வெளிநாட்டைச் சேர்ந்த ஒரு வாடிக்கையாளர் அவனிடம் ஓவியங்கள் வாங்குவார். அவர் அழகான இந்தியப் பெண்ணின் ஓவியம் கேட்டிருந்தார். கிராமத்துப் பெண் வேண்டாம் என்று சொல்லியிருந்தார். அத்தகைய பெண்ணைப் பார்த்தால் மனத்தில் படம் பிடித்துக்கொள்வான். அவளுக்குத் தெரியாமல் அலைபேசியில் படம் எடுக்க வாய்ப்பு இருந்தால் எடுத்துக்கொள்ளலாம் என நினைத்திருந்தான்.

அவனும் பல இடங்கள் சுற்றிவிட்டான். கிடைக்கவில்லை. கோவைக்குச் சகோதரி வீட்டிற்கு வந்தவன், இங்கும் அந்த அழகிய இந்தியப் பெண்ணைத் தேடிக்கொண்டிருக்கிறான். கிடைக்கவில்லை.

இப்போது இந்தக் கோயிலில் ஒரு பெண்ணைப் பார்த்தான். மனம் திடுக்கிட்டது. இவள்தான் அந்த அழகிய பெண் என்று தோன்றியது. நல்ல

உயரம். சிவப்பு நிறம். கை, கால்கள் அளவெடுத்து அமைந்தவை போலிருந்தன. கூந்தல் பிருஷ்டத்தைத் தொட்டது. முழங்கையிலிருந்து இறங்கிய கைகளில் பளபளப்பு. ஒவ்வொரு கையிலும் நெளிநெளியான இரண்டு தங்க வளையல்கள். முகம் அழகான அமைப்பு. அழகான முன்னோர்களின் தொடர்ச்சி என்பது போல் இருந்தாள். நடப்பது, பார்ப்பது, கழுத்தைத் திருப்பவது, கை அசைவு எல்லாவற்றிலும் கலையழகு. அவளின் வாயைச் சுற்றி வெண் சருமம் – லூக்கோ டெர்மா – இருந்தது. ஒரு கன்னத்தில் லேசான வெண் சருமம். மார்பகங்கள் உடல் அமைப்புக்கு ஏற்றவாறு இருந்தன.

அவள்தான் அந்த வெளிநாட்டு கலாரசிகரும் விரும்பக் கூடிய அழகான பெண் என்று அவன் கலைமனத்திற்குத் தோன்றியது. அவளின் அசைவுகளையே பார்த்துக்கொண்டிருந்தான். அலைபேசியை எடுத்தான். அதில் ஏதோ பார்ப்பது போல் பாவனை செய்து அவளை இரு படங்கள் எடுத்தான். போட்டுப் பார்த்தான். போதும் என்று தோன்றியது.

அவனை அவள் கடந்தாள். செல்லும் அவளின் பின் நடையைப் பார்த்தான். இப்படியும் நடக்க முடியுமா. மனதை அள்ளிச் சென்றது அழகு. ஓவியத்திற்கு ஏற்ற பெண்ணைக் கண்டுபிடித்த திருப்தி ஏற்பட்டது.

சென்னைக்குத் திரும்பித் தன் அறையை அடைந்தான். அலைபேசியில் எடுத்த படங்களை பிரிண்ட் போட்டுக்கொண்டு வந்திருந்தான். அந்தப் பெண்ணின் சாயலில் ஓவியம் இருக்க வேண்டும். ஆனால் அந்தப் பெண் இல்லை என்று தோன்ற வேண்டும். சவாலான வேலை. வரைந்தான். அந்தப் பெண்ணின் அசல் முகமே வந்தது. அசல் முகத்தின் சாயலில் ஒரு முகத்தைக் கொண்டுவர அவனால் இயலவில்லை. சோர்ந்துபோனான்.

தூக்கம் வராமல் தவித்தான். எங்கெங்கோ அலைந்தான். மது அருந்திக் கற்பனையை நெருக்கினான். பயன் இல்லை. அந்தப் பெண்ணின் அசல் முகத்தைத் தவிர அம்முகத்தின் சாயலில் இன்னொரு முகத்தைத் தன்னால் வரைய இயலாது என்பதை அவன் தாமதமாக உணர்ந்தான். அவளை வரையும் எண்ணத்தைத் துறந்தான்.

22 ஏப்ரல் 2024

26

நடிகையும் புத்தகமும்

கார்லஸ் புயந்தஸ் என்ற லத்தீன் அமெரிக்க எழுத்தாளரின் புத்தகத்தைப் படிப்பவள் என்று நடிகை தன்யா பற்றி ஒரு பேச்சு உதவி இயக்குநர் களிடம் உலவியது. சில உதவி இயக்குநர்கள் பிரமிப்பில் இருந்தார்கள். என்னைப் போன்ற சில உதவி இயக்குநர்கள் கார்லஸ் புயந்தஸின் புத்தகங்களைத் தேடினோம். எனக்கு *The Death of Artemio Cruz* என்ற புத்தகம் கிடைத்தது. படிக்க முடியாமல் தவித்துக்கொண்டிருந்தேன்.

உதவி இயக்குநர் மோகன், இயக்குநரிடம் சென்று படபடப்பாக கார்லஸ் புயந்தஸின் புத்தகத்தை நடிகை தன்யா படிக்கிறாள் என்று சொன்னபோது, “என்ன எழவு புத்தகம் படித்தால் என்ன. நடிப்பு வர மாட்டேங்குதே” என்று சொல்லி அவனைத் திட்டினார். “போய் ஒழுங்கா உன் வேலையைப் பாரு.”

நடிகை படித்துக்கொண்டிருந்த புத்தகத்தின் பெயர் *The Buried Mirror* என அறிந்தேன்.

“அறிவாளி. கால் மேல் கால் போட்டு உட்கார்ந்திருக்கிற தோரணையைப் பாரு” என்றான் மோகன்.

எனக்கும் அவள் அறிவாளி என்றுதான் தோன்றியது. நடிப்பு வர மாட்டேங்குது என்று இயக்குநர் சொல்றாரே என்று யோசித்தேன். அப்போது எனக்கு ஒரு கருத்துப் புலப்பட்டது.

'நடிகை தன்யா நடிப்பு என்று நினைப்பது வேறு. இயக்குநர் நடிப்பு என்று நினைப்பது வேறு.'

ஒரு காட்சி படமாக்கப்பட்டது. இயக்குநர் பதற்றத்தில் இருந்தார். 'டேக்' போய்க்கொண்டே இருந்தது. ஒரு கட்டத்தில் 'பேக் அப்' சொல்லிவிட்டார்.

அவள் புத்தகத்தைப் படிப்பதுதான் அவளுக்கு நடிப்பு வராமலிருப்பதற்குக் காரணம் என்று இயக்குநர் நினைத்தார். அந்தப் புத்தகத்தை எடுத்துச் சென்று காணாமல் ஆக்கிவிட வேண்டும் என்று இயக்குநர் எனக்கு உத்தரவிட்டார்.

நான் அதற்கான சந்தர்ப்பத்தை எதிர்பார்த்திருந்தேன். நடிகை கழிப்பறைக்குச் சென்ற நேரத்தில், பாதி படித்து நாற்காலியில் வைத்திருந்த புத்தகத்தை எடுத்து என் பையில் வைத்துவிட்டேன்.

நடிகை புத்தகத்தைக் காணாமல் தேடினாள். சத்த மிட்டாள். தமிழ் தெரியாமல் விரைவான ஆங்கிலத்தில் சத்தமிட்டதால் அவள் கூறியது எனக்கு விளங்கவில்லை. இயக்குநரிடம் புகார் கூறினாள். அவர் அங்கும் இங்கும் தேடுவதாகப் பாவனை செய்து, "தெரியவில்லையே. இங்கேதான் வைத்தீர்களா" என்று ஆங்கிலத்தில் கேட்டார். நடிகை சோகமாகிவிட்டாள்.

புத்தகம் காணாமல் போனதற்கெல்லாமா சோதனை யிடுவார்கள். சோதனையிட்டால் நான் சிக்கிக்கொள்வேனே என்று பயந்தேன். அந்தப் புத்தகத்தை யாரும் பார்க்காதவாறு எடுத்து ஜன்னல் வழியே வெளியே எறிந்துவிட்டேன்.

இயக்குநர் படப்பிடிப்பை இன்று ஒரு நாள் ரத்து செய்து விட்டார். அடுத்த நாள் நடிகை படப்பிடிப்பிற்கு வரும்போது கார்லஸ் புயந்தஸின் *'Where the Air Is Clear'* என்ற புத்தகத்தை எடுத்து வந்திருந்தாள்.

நடிப்பு வராத அந்த நடிகையை இயக்குநர் படத்திலிருந்து நீக்கிவிட்டார். நடிகையினால் எங்களுக்கு ஒரு மெக்ஸிகன் நாவலாசிரியர் பெயர் தெரிந்தது. இயக்குநர் புத்தகம் படிக்காத இந்தி நடிகையைப் படத்திற்கு புக் செய்துவிட்டார். புதிய நடிகை நன்றாக நடிப்பதாகவும் புத்தகம் படிப்பதில்லை என்றும் இயக்குநர் கூறினார்.

நடிகை தன்யா ஹாலிவுட் பக்கம் போய் அவள் நடித்த ஒரு படம் பாக்ஸ் ஆபீஸ் ஹிட் ஆகியது. மோகன் என்னிடம்

சொன்னான். "அவள் ஹாலிவுட் படத்திற்குத்தான் பொருத்தம். நம்ம டைரக்டர் உடம்பையும் கலரையும் பார்த்து நம்ம படத்துக்கு புக் பண்ணிட்டார்."

ஹாலிவுட்டில் அவள் படப்பிடிப்பின் இடையே கார்லஸ் புயந்தஸ் புத்தகத்தைப் படிப்பாள் என்று உதவி இயக்குநர் களாகிய நாங்கள் பேசிக்கொண்டோம்.

22 ஏப்ரல் 2024

27

இசைப்பாடகி

'ஏழு ஸ்வரங்கள்' இசைக்குழுவில் சித்ராங்கி பாட்டுப் பாடுகிறவள். ஆரம்பத்தில் இருந்த சுதி தற்போது குறைந்திருக்கிறது என்பதை அவளே அறிவாள். கேட்கும் மக்களுக்கு உன்னிப்பான சங்கீத ஞானம் கிடையாது. ஆர்க்கெஸ்ட்ராவின் முழக்கத்தில் குறைகள் மறைந்துவிடும். சித்ராங்கியின் தந்தை இறந்து பல ஆண்டுகள் ஆகிவிட்டன. அம்மா சில வீடுகளில் வேலை செய்கிறாள். தம்பி பள்ளியில் படித்துக்கொண்டிருக்கிறான். சித்ராங்கியின் இயற்பெயர் நல்லம்மாள். பாட்டுப் பாடுகிறவள் என்பதால் சித்ராங்கி என்று பெயர் மாற்றிக்கொண்டாள்.

பருவத்தின் நெருக்கடியாலும் வாழ்வியல் நெருக்கடியாலும் திருமணம் செய்துகொள்ள வேண்டும் என்று நினைத்தாள். திருமணச் செலவுக்குப் பணம் கிடையாது. மாப்பிள்ளையும் அமையவில்லை. அப்போது கீபோர்டு வாசிக்கும் ராஜ்குமாரை அவள் மனம் நாடியது. அவனுக்கு ஏற்கெனவே திருமணமாகி இரண்டு குழந்தைகள் இருந்தன. இருந்தாலும் பரவாயில்லை. கோயிலில் எளிய முறையில் திருமணம் செய்து தன்னை அவன் சேர்த்துக்கொண்டால் போதுமானது என்று சித்ராங்கி நினைத்தாள். அதற்காக அவனிடம் நெருங்கிப் பழகினாள். நெருங்கிப் பழகினால் அவனும் நெருங்கிப் பழகுவான் என்பதைத் தவிர இன்னொரு குடும்பத்திற்கான எண்ணம் அவனிடம்

இல்லை என்பதை அறிந்தாள். ராஜ்குமாரின் மனைவி அரசுப் பள்ளியில் ஆசிரியையாக இருப்பதால் அந்தக் குடும்பத்தை அவள் கவனித்துக்கொள்வாள் என்ற கணக்கும் சித்ராங்கிக்கு இருந்தது. மேலும் ராஜ்குமார் பார்ப்பதற்கு லட்சணமாக இருப்பான்.

ராஜ்குமாரை விட்டுவிட்டு வேறு ஒருவரைத் தேர்வு செய்ய சித்ராங்கி நினைத்தாள். அப்போது இசை ரசிகன் நடராஜன் கிடைத்தான். வசதியானவன். ஏதோ தொழில் செய்து கொண்டிருந்தான். கார்கூட வைத்திருந்தான். அவனுடன் பழக ஆரம்பித்தாள். அவன் சித்ராங்கியைச் சில பாடல்களைக் குறிப்பிட்டுப் பாடச் சொல்வான். அவள் பாடுவாள். அதில் அவன் உற்சாகமடைவதைக் கவனித்தாள். காலப்போக்கில் அவனுக்கும் குடும்பம் இருப்பதை அறிந்தாள். கல்யாணமாகாத ஆண்களே இல்லையா என்ற கவலை சித்ராங்கிக்கு ஏற்பட்டது. வயதும் ஏறிக்கொண்டே வருவதை உணர்ந்து வருந்தினாள்.

அவள் நினைத்தது நடக்கவில்லை. தாயாருக்கு வயதாகிக் கொண்டிருக்கிறது. தம்பியை ஆளாக்க வேண்டும். படிக்க வைத்து வேலை ஏற்படுத்திக் கொடுக்க வேண்டும். யோசிக்க யோசிக்க அவளுக்குக் கவலை பெரிதாக உருவாகி வதைத்தது. இசை நிகழ்ச்சிக்கான வாய்ப்பும் குறைந்துகொண்டே வந்தது.

அவளுக்குத் தையல் தெரியும். வருமானத்திற்காகத் தையல் கடையில் வேலைக்குச் சேர்ந்தாள். நன்றாகத் தைக்கக் கூடியவள் என்பதை சிறிது காலத்திலேயே கடை உரிமையாளர் உணர்ந்தார். அவருக்கு மனைவி இல்லை. ஒரு பையன் இருக்கிறான். சற்று வயதானவர். அவர் ஒருநாள் சித்ராங்கியிடம் வந்து தன்னைத் திருமணம் செய்துகொள்ள விருப்பமா என்று கேட்டார். சித்ராங்கி யோசித்துச் சொல்வதாகக் கூறினாள். அம்மாவிடம் கூறினாள். அவளுக்கு என்ன பதில் சொல்வதென்று தெரியவில்லை. சித்ராங்கியின் விருப்பத்திற்கு விட்டுவிட்டாள்.

இசை நிகழ்ச்சி வந்தால் பாட்டுப் பாட ஒப்புக்கொள்ள வேண்டும் என்ற நிபந்தனையோடு சித்ராங்கி ஒப்புக் கொண்டாள். தனி வீடு பார்த்து அங்கு குடியமர்த்தினார். ஒரு கோயிலில் தாலி கட்டினார். அவருடன் சேர்ந்து தையற்கடையைக் கவனித்துக்கொண்டாள்.

காலங்கள் கடந்தன. அந்தத் தையற்காரர் மாரடைப்பில் இறந்துவிட்டார். தையற்கடையின் எஜமானியாகச் சித்ராங்கி ஆனாள். பாடும் வாய்ப்பு வருவதில்லை. குரலும் கெட்டு விட்டது. அந்தத் தையற்காரரின் மகனுக்கு சித்ராங்கி படிப்புச் செலவுக்குப் பணம் கொடுக்கிறாள். அவன் பாட்டி

வீட்டில் இருக்கிறான். தையற்கடை வளர்ந்தது. தம்பியையும் அம்மாவையும் கவனித்துகொள்கிறாள். அவளின் வாழ்க்கை சந்தர்ப்பவசமாக இப்படி அமைந்துவிட்டது.

தையற்காரரின் வளர்ந்த மகன் ஒருநாள் சித்ராங்கி யின் கையைப் பிடித்தான். அவன் கன்னத்தில் சித்ராங்கி அறைந்தாள். பஞ்சாயத்து நடந்து தையற்கடையை அவன் எடுத்துக்கொண்டான். சித்ராங்கிக்குக் கொஞ்சம் பணம் கிடைத்தது. அவளின் அம்மா வீட்டிற்கு வந்துவிட்டாள். வாழ்க்கையை நினைத்து அடிக்கடி வாய்விட்டுச் சிரித்துக்கொண்டிருந்தாள். தனியாக இருக்கும்போதுகூட அவள் பாடுவதில்லை. ஒரு காலத்தில் பிரபல பாடகியாக வேண்டும் என்று நினைத்துக் கற்பனையில் வாழ்ந்தாள். எல்லாம் மண்ணோடு மண்ணாகிவிட்டது.

22 ஏப்ரல் 2024

•

28

மூங்கில் பிரம்பு

தாத்தா மங்களநாதனுக்கும் பேரனுக்கும் வாக்குவாதம் ஏற்பட்டது. தாத்தா வாக்கிங் ஸ்டிக்கை அவனை நோக்கி நீட்டினார். பேரன் மறுமுனையைக் கையில் பிடித்துக்கொண்டான். இன்னொரு முனை தாத்தா கையில் இருந்தது.

பேரன் எந்நேரமும் லேப்டாப்பில் விளையாடிக் கொண்டிருப்பது தாத்தாவிற்குப் பிடிக்கவில்லை. வெளியில் செல்லலாம் என்று கூப்பிட்டாலும் பேரன் வருவதில்லை. சொல்வதைக் கேட்கா விட்டால் தாத்தாவுக்குக் கோபம் வருவதும், பேரனுக்குப் பதில் கோபம் வருவதும் வழக்கமாகி விட்டது.

ஸ்டிக்கின் மறுமுனையைப் பிடித்துக்கொண் டிருக்கும் பேரனின் முகத்தைத் தாத்தா பார்த்தார். பேரனின் முகம் கடுமையாகவும் கண்கள் நன்றாக விழித்த நிலையிலும் இருந்தன. தாத்தாவிற்கு அவருடைய அப்பா நினைவு வந்தது. பேரனின் முகம் அவருடைய தந்தை முகம்போலத் தோன்றியது. தந்தையே பேரனாக மாறி நிற்பதுபோல அவருக்குத் தோன்றியது.

தாத்தாவின் தந்தை மாசிலாமணி கண்டிப்பானவர். பொருட்கள் வைத்த இடத்தில் இருக்க வேண்டும். இடம் மாறினால் சத்தம் போடுவார். ஒரே மகன் என்ற பாசம்கூட இல்லாமல் மங்களநாதனை மாசிலாமணி அடிப்பார். அவனை

சுரேஷ்குமார இந்திரஜித்

நல்ல நிலைக்குக் கொண்டுவரும் செயல் என மாசிலாமணி நினைத்தார்.

தாமதமாக வீட்டுக்கு வந்தால் அடி. கணக்கில் மதிப்பெண் குறைவாக வாங்கினால் அடி. மங்களநாதனுக்குக் கணக்குப் பாடம் புரிவதில்லை. பெயில் மார்க்கைத் தாண்டி மதிப்பெண் வாங்குவதே பெரிய காரியமாக இருந்தது. மாசிலாமணி அடிப்பதற்கென்றே ஒரு மூங்கில் பிரம்பு வைத்திருந்தார். தடிமனாக இருக்காது. மெலிந்த பிரம்பு. அதன் ஒரு முனையில் பிடித்துக்கொள்ள வசதியாக லெதர் கைப்பிடி இருக்கும். சுவரில் அடித்திருந்த ஆணியில் அந்தக் கைப்பிடியை மாட்டிப் பிரம்பைத் தொங்கவிட்டிருப்பார்.

வீட்டிற்குள் நுழைந்ததும் தன்னையறியாமல் அந்தப் பிரம்பை நோக்கி மங்களநாதனின் கண்கள் செல்லும். அந்தப் பிரம்பில் லேசாக அடித்தாலே சுள்ளென்று வலிக்கும். எங்கே ஆர்டர் செய்து எந்தத் தச்சன் செய்து கொடுத்தானோ, பிரம்பு அவ்வளவு அழகாக இருக்கும். அதன் வழவழப்பையும் உறுதியையும் தடவிப் பார்த்து மங்களநாதன் உணர்ந்திருக்கிறார்.

வழக்கம்போல் கணக்குப் பாடத்தில் மங்களநாதன் பெயில். கணக்கு வாத்தியார் மாசிலாமணியை வரவழைத்துச் சொல்லிவிட்டார். மங்களநாதன் பயந்துகொண்டே இருந்தார். மாசிலாமணியைப் பார்த்தாலே மங்களநாதனின் அம்மா பயப்படுவார். மாசிலாமணி வீட்டுக்கு வந்துவிட்டார். அம்மா சொன்னார். "என்னங்க. பையன் கணக்குலே பெயில். அடிக்காதிங்க. அடுத்த பரீட்சையிலே பாஸ் பண்ணிருவான்."

மாசிலாமணி சலனமில்லாமல் இருந்தார். "அந்தப் பிரம்பை எடு" என்று மனைவியிடம் சொன்னார். அம்மா எடுக்க வில்லை. மாசிலாமணி எழுந்து பிரம்பைக் கையிலெடுத்தார். பிரம்பினால் அடிப்பதற்கு என்று அவருக்கு ஒரு பாணி இருந்தது. இடும்புக்குக் கீழ் பிருஷ்டத்திலும் காலின் பின் பகுதியிலும்தான் அடிப்பார். பிரம்பின் அடி பற்றி மாசிலாமணிக்குத் தெரியும். கையை நீட்டச் சொல்லி உள்ளங்கையில் லேசாக அடித்தால்கூட உள்ளங்கை எலும்புக்கு ஏதாவது சேதம் ஏற்படலாம். அதனால் கையை நீட்டச் சொல்லி அடிப்பதில்லை.

மங்களநாதனை வரச் சொன்னார். அம்மா பின்னால் மங்களநாதன் மறைந்திருந்தார். மங்களநாதனை இழுத்து அவருடைய பிருஷ்டத்தில் பிரம்பினால் மாசிலாமணி அடித்தார். பிறகு ஆணியில் பிரம்பை மாட்டிவிட்டு வெளியில் சென்றுவிட்டார். அம்மா பிரம்பினால் அடி விழுந்த இடத்தில் வெந்நீர் ஒத்தடம் கொடுத்தார்.

மங்களநாதன் காலப்போக்கில் தாத்தாவாக மாறி யிருக்கிறார். பேரன் வாக்குவாதம் செய்துகொண்டிருக்கிறான். அந்தக் காலத்தில் அப்பா மாசிலாமணி இறந்த பின்னால், அந்தப் பிரம்பை அம்மா அடுப்பில் வைத்து எரித்ததை மங்களநாதன் பார்த்தார்.

ஸ்டிக்கின் மறுமுனையைப் பிடித்திருந்த பேரனின் கண்களைப் பார்த்துத் தன்னுடைய அப்பாவின் கண்கள் எனத் தாத்தா மங்களநாதன் பயந்தார். பிடியைத் தளர்த்தினார். பேரனும் தளர்த்தினான். ஸ்டிக்கை ஊன்றி நடந்து சோபாவில் உட்கார்ந்தார். அப்பா மாசிலாமணியின் நினைவு வந்தது. கண்களை மூடினார். உடல் தளர்ந்து சோர்வடைந்தது. மாசிலாமணியின் முகம் கொண்ட பேரன், மாசிலாமணியாக மாறக் கூடாது என்று நினைத்தார்.

23 ஏப்ரல் 2024

●

29

பையனின் குரல்

எலெக்ட்ரிக், பிளம்பிங் வேலை பார்க்கும் வெங்கடேசனை பலமுறை அழைத்தும் அவன் அலைபேசியை எடுக்கவேயில்லை. வெங்கடேசன் ரொம்ப வருடப் பழக்கம். வீட்டில் மின்சாரம் சம்பந்தப்பட்ட எந்தப் பழுது என்றாலும் அவனைத்தான் கூப்பிடுவேன். அவனும் வந்து அதைச் சரிசெய்து கொடுப்பான்.

வெங்கடேசனின் மனைவி தனியார் பள்ளியில் ஆசிரியையாக இருந்தாள். குறைந்த சம்பளம். இரண்டு பையன்கள். என்னுடைய பையன்களை ஒத்த வயது என்பதால் அவர்களுக்குச் சேராமல் போகும் ஆடைகளை வெங்கடேசனிடம் கொடுப்பதுண்டு. அவனும் அதை ஆசையாய் எடுத்துச் செல்வான். சேராத ஆடைகளை என் மனைவி அவனிடம் கொடுப்பதற்காகத் தனியே எடுத்து வைப்பாள்.

அவனை வரவழைப்பதற்கான தேவை இல்லை என்பதால் சில மாதங்களாக அழைக்க வில்லை. இப்போது தேவை ஏற்பட்டுவிட்டது. தண்ணீர் ஏறும் மோட்டாரைச் சுற்றி நீர் கசிகிறது. ஸ்வீட்ச் போர்டில் சில ஸ்விட்சுகளை மாற்ற வேண்டும். மின்சார விசிறி சரியாக ஓடவில்லை. அவனை அழைத்தால் அலைபேசி ஒலித்து, எடுக்காமல் அணைந்துவிடுகிறது.

வெங்கடேசனின் ஒரு பையன் பத்தாவதும் ஒரு பையன் எட்டாவதும் படிக்கிறார்கள்.

வெங்கடேசனுக்குத் தொழில் விருத்தியாகவில்லை. பொருளாதாரக் கஷ்டத்துடன் இருக்கிறான் என்பதை அறிவேன். அவனின் மனைவி, பையன்களை நான் பார்த்ததில்லை. கைத்தறிப் புடவை கட்டிய மெலிந்த பெண்ணாக அவன் மனைவியும், என் மகன்களின் ஆடைகளை அணிந்த பையன்களும் என் கற்பனையில் தோன்றுவதுண்டு. கண்ணியமான வாழ்க்கை வாழ வேண்டும் என்பது வெங்கடேசனின் விருப்பம். அதற்காக அவன் பாடுபட்டுக்கொண்டிருந்தான்.

வேறு ஒரு நபரை ரிப்பேர் செய்யக் கூப்பிடுவது எனக்கு விருப்பமில்லாமல் இருந்தது. ஒருநாள் முழுக்க அவன் அலைபேசியை எடுக்கவில்லை. அடுத்த நாள் வேறு ஒரு நபரை அழைத்து வந்து செய்ய வேண்டிய வேலைகளைக் காண்பித்தேன். உத்தேசச் செலவு பற்றி அவன் சொன்னதைக் கேட்டு நான் திடுக்கிட்டேன். யோசித்து மீண்டும் அழைப்பதாகக் கூறி அவனை அனுப்பிவிட்டேன்.

பிறகு மீண்டும் வெங்கடேசனை அலைபேசியில் அழைத்தேன். அழைப்பு மணி முடியும் நேரத்தில் எடுக்கப்பட்டது. பையனின் குரல் ஒலித்தது. "யார் நீங்க."

ரிப்பேரை சரிசெய்ய வெங்கடேசனை வழக்கமாக அழைப்பவன்; என் மகன்களின் ஆடைகளைக் கொடுப்பவன் என்றெல்லாம் என்னை அறிமுகப்படுத்திக்கொண்டு வெங்கடேசனைக் கேட்டேன்.

"அப்பா வீட்டை விட்டுப் போயிட்டார்" என்றான்.

எனக்கு ஒன்றும் புரியவில்லை. "என்ன சொல்றே. வெளியூர் போயிருக்காரா" என்று கேட்டேன்.

"இல்லை. எங்களையெல்லாம் விட்டுட்டுப் போயிட்டார். எங்கேயிருக்காருன்னு தெரியலை."

"போன் நம்பர் தெரியுமா. இந்த ஊர்லதான் இருக்காரா."

"தெரியலை. ஒரு பொண்ணைக் கூட்டிட்டு ஓடிப் போயிட்டார்."

எனக்கு அதிர்ச்சியாக இருந்தது. என்ன சொல்வதென்று தெரியவில்லை.

"தம்பி, நீ நல்லா படிச்சு உங்க அம்மாவைக் காப்பாத்து" என்று சொல்லி அலைபேசியை அணைத்தேன்.

வேறு ஒரு நபரை அழைத்து ரிப்பேர்களைச் சரிசெய்தேன். அடுத்த நாள் ஒரு தெரியாத எண்ணிலிருந்து அழைப்பு வந்தது. எடுத்தேன்.

"சார். நான் வெங்கடேசன் பேசறேன். ஏதாவது வேலை இருந்தா சொல்லுங்க. உங்க ப்ரெண்ட்ஸ்களிடமும் சொல்லுங்க" என்றான்.

"சரி. நிச்சயமாகச் சொல்றேன்" என்றேன். வேறு எதுவும் நான் கேட்டுக்கொள்ளவில்லை.

23 ஏப்ரல் 2024

●

30

கணவன், மனைவி, தோழி

எல்லாமே தோல்வியில் முடிந்தது என்று ஜெய்சங்கர் நினைத்தான். விரும்பிய வேலை கிடைக்கவில்லை. நண்பர்கள் எல்லாம் தண்டம். ஏதோ பேசிக்கொள்வதற்கான ஆட்களே தவிர சுவாரஸ்யமும் மகிழ்வும் தரும் ஆட்களாக இல்லை. குடும்ப சூழ்நிலையில் எல்லா உறவினர்களுமே மண்டுகளாக இருக்கிறார்கள்.

அவனுக்கு ஒரு பெண் தோழி கிடைத்தாள். அவள் பிற்போக்குக் கருத்துகள் கொண்டவளாகவும் பழமைவாதியாகவும் இருந்தாள். ஆசாரமானவ ளாகவும் சடங்குகளில் நம்பிக்கை கொண்டவளாக வும் இருந்தாள். ஆனால் வெளிப்புறத்தில் வேறு முகம் தரித்திருந்தாள். அந்த வேறு முகம் அவள் ருசி சம்பந்தப்பட்டது என்பதை அறிந்துகொண்டான். சைவக் குடும்பத்தைச் சேர்ந்த அவள் அசைவம் உண்பவளாகவும், பிராந்தி விரும்பிச் சாப்பிடுபவ ளாகவும் இருந்தாள். இது அவளுக்கு அவள் விரும்பும் பிம்பத்தைக் கொடுத்தது. அவன் இதை அறிந்துகொண்டதால் உள்ளூர அவனுக்கு அவளிடம் ஆர்வம் ஏற்படவில்லை. அவளிடம் உள்ள பழக்கத்தை அவன் துண்டித்துக்கொள்ள வில்லை. நாளடைவில் தொடர்பு இல்லாமல் ஆயிற்று.

இன்னொரு தோழி கிடைத்தாள். சங்கீத ஈடுபாடு உடையவள். ஜெய்சங்கருக்கு ராகங்களில் ஓரளவு பரிச்சயம் இருந்தாலும், சமயங்களில் குழம்பிவிடுவான். நன்றாகத் தெரிந்த ராகத்தின் பெயர்கூட நினைவுக்கு வராது. ஆனால் வாய்த்த

தோழி ராகக் கண்டுபிடிப்பில் மகா கெட்டிக்காரி. சங்கீத நுணுக்கங்கள் தெரிந்தவள். ஆனால் உலக விஷயங்களில் மகாமட்டம். எதைப்பற்றியும் கருத்து கிடையாது. நாட்டில், உலகில் என்ன நடந்துகொண்டிருக்கிறது என்றுகூடத் தெரியாது. சங்கீதம் தவிர பிற விஷயங்களில் மிகவும் பின்தங்கியவளாக இருந்தாள். அவளின் பின்தங்கிய அறிவு வெளிப்படும்போது அவன் சங்கடப்படுவான். சகித்துக்கொள்ள முடியாது. சங்கீதம் தவிரப் பிற விஷயங்களை அவளுடன் பேசுவது இல்லை. பேசினால் ஜெயசங்கருக்கு அவள் மேல் கோபம்தான் வரும். அதற்காக சங்கீதம் மட்டுமே பேசிக்கொள்ள முடியுமா. சங்கீதம், ராகம் பற்றி சந்தேகம் இருந்தால் மட்டும் அவளிடம் பேசுவதாகத் தொடர்பு சுருங்கியது.

பிறகு அவனுக்குத் தோழிகளே கிடைக்கவில்லை. ஆனால் திருமணம் நடந்துவிட்டது. தோழிபோல மனைவி இல்லை. மனைவியின் கடமைகள் என இருப்பதை அந்த மனைவி செய்தாள். பிரதோஷம், சஷ்டி, சங்கடஹர சதுர்த்தி இன்னபிற விசேஷ நாட்களைக் குறித்து வைத்துக்கொண்டு சாமி கும்பிடுவாள். விரதம் இருப்பாள். தோழி என்ற சொல்லின் பொருளுக்கும் மனைவிக்கும் சம்பந்தம் ஏதும் இல்லை என்று உணர்ந்தான். 'மனைவிக்குத் தேவை கணவன். நண்பனல்ல' என்ற ஞானம் பெற்றான்.

வாழ்வில் தான் எதிர்பார்க்கும் தோழி கிடைப்பதற்கு வாய்ப்பே இல்லை என்ற ஞானத்தையும் அடைந்தான்.

23 ஏப்ரல் 2024

31

தீராத தாகம்

ரவீந்திரன் பள்ளியில் படிக்கும்போது சுதாகரன் என்ற பிராமணப் பையன் அவனுடன் படித்தான். நன்றாகப் படிக்கக்கூடியவன். திடீரென்று அவனுக்கு மனப்பிறழ்வு ஏற்பட்டுவிட்டது. கெட்ட வார்த்தைகள் பேசுவான். நடிகைகளின் பெயர்களைச் சொல்லி அவர்களைச் சல்லாபிக்கிற மாதிரி பேசுவான். பேசும்போது அவன் முகத்தில் காம உணர்வுகள் தெரியும்.

தலைமையாசிரியர் சுதாகரனின் பெற்றோரை அழைத்து அவனைப் பள்ளிக்கு அனுப்ப வேண்டாம் என்று சொல்லிவிட்டார். அவன் ஆசாரமான குடும்பத்தைச் சேர்ந்தவன். பெண் பிள்ளைகள் இருப்பதையும் பெரியவர்கள் இருப்பதையும் கவனத்தில் கொள்ளாமல் நடிகைகளையும் தன்னையும் இணைத்து செக்ஷுவலாகப் பேசுவான். குடும்பத்திற்குத் தர்மசங்கடம். அவனுடைய தாயார், காம தோஷம் பிடித்திருக்கின்றது என்று ஏதேதோ புதிய கடவுள்களைக் கும்பிட்டுப் பரிகாரம் செய்தார். ஒன்றும் பயன் இல்லை. பள்ளிக்கூடத்தில் படிக்கிற பையன் என்பதால் திருமணமும் செய்துவைக்க முடியாது. மருத்துவரிடம் காண்பிக்கும்படி குடும்ப மருத்துவர் கூறினார்.

மனநல மருத்துவர் சுதாகரனின் தந்தையை அழைத்து வீட்டில் இருப்பவர்களைப் பற்றி விசாரித்தார். சுதாகரனின் அக்காவும் அவள் கணவரும் அதே வீட்டில் இருப்பதாகச் சொன்னார்.

"ஏதாவது பாத்திருப்பான். அவர்கள் ரெண்டு பேரையும் கொஞ்ச காலத்திற்கு வேற ஊருக்கு அனுப்புங்க. சினிமா நிறைய பார்ப்பானா" என்று மனநல மருத்துவர் கேட்டார்.

"அவா ரெண்டு பேரையும் வெளியூருக்கு அனுப்பிடறேன். சினிமா பார்ப்பான். பேப்பர்லே புஸ்தகத்துலே வந்த நடிகைகள் படத்தையெல்லாம் வெட்டி நோட்டுப் புஸ்தகத்திலே வைச்சுண்டிருக்கான். என்ன செய்றதுன்னு தெரியலை. லஜ்ஜையில்லாம பேசறான். நேக்கும் ஆத்துக்காரிக்கும் உடம்பெல்லாம் நடுங்கறது."

"சரி பண்ணிடலாம். அவுட்லெட் இல்லை. அவன் மனசுக்குள்ளே பொம்பளைங்களா அடைஞ்சு கிடக்கறாங்க. அவனை விடுவிச்சிரலாம். நான் கொடுக்கற மாத்திரையிலே தூக்கம் வரும். தூங்கினா விட்ருங்க. மனசு கொந்தளிப்புலே இருந்து விடுபடும்" என்றார் மனநல மருத்துவர்.

அவன் நடவடிக்கைகள் பழைய அளவில் இல்லாமல் குறைந்திருந்தன. ஆனால் முழுமையாகச் சுகமாகவில்லை. ஒருநாள் ரவீந்திரன் கடைத்தெருவில் சுதாகரனைப் பார்த்தான். ஒரு நடிகையின் பெயரைச் சொல்லி நேற்று இரவு அவளுடன் சல்லாபித்ததாகச் சொல்லி ஆபாசமாக வருணித்தான். ரவீந்திரனுக்குக் கேட்பதற்கே சங்கடமாக இருந்தது.

பிறகு சுதாகரனை ரவீந்திரன் சந்திக்கவில்லை. ஒருநாள் கடற்கரைப் பக்கம் சென்றபோது கூட்டமாக இருந்தது. அவனும் சென்று பார்த்தான். சுதாகரனின் தந்தை கடல் அலைகளினூடே சுதாகரனை இரண்டு கைகளாலும் தூக்கிக்கொண்டு வந்ததைப் பார்த்தான். சுதாகரனின் தலை தொங்கியிருந்தது.

கரையில் சுதாகரனைக் கிடத்தி, "ராமநாத ஸ்வாமி என் மகனைப் பாத்தியா" என்று கோயிலைப் பார்த்துக் கத்தினார். "ராமநாதா, ராமநாதா" என்று புலம்பினார். சுதாகரன் இறந்து கிடந்தான்.

23 ஏப்ரல் 2024

32

நர்சாக வந்த பெண்

மாலில் ரகுவரன் தனக்குப் பிடித்த சட்டையைத் தேடிக்கொண்டிருந்தபோது ஒரு பெண் தன் மகனுடன் அவனை நோக்கி வந்தாள். மகனுக்குப் பன்னிரண்டு வயதிருக்கும்.

"ஸார் நல்லா இருக்கீங்களா" என்றாள்.

ரகுவரனுக்கு அவளைத் தெரியவில்லை. சற்றுநேரம் உற்றுப் பார்த்துவிட்டு, "நீங்க யாருன்னு தெரியலையே" என்றான்.

"நீங்க கொரனாவிலே பாதிக்கப்பட்டு முருகவேல் ஆஸ்பத்திரியிலே அட்மிட் ஆகியிருந் தீங்க. அப்ப நான் நர்சா அந்த ரூமுக்கு வந்து போயிக்கிட்டு இருந்தேன். அப்போ முகத்தையும் உடம்பையும் நாங்க கொரனா உடை போட்டு மறைச்சிருப்போம். அதனாலே என்னை நீங்க பாத்திருக்க முடியாது. நீங்க டிஸ்சார்ஜ் ஆகுற அன்னிக்கு என்னைக் கூப்பிட்டு ஆயிரம் ரூபாய் கொடுத்தீங்க. ஞாபகம் இருக்கா ... ஸார்."

"நல்லா ஞாபகம் இருக்கு. நீங்க ஒருத்தர்தான் என்கிட்டே கனிவா பேசுனீங்க. தொடையிலே ஊசி போடுவீங்க. காச்சல் இருக்கான்னு டெஸ்ட் பண்ணுவீங்க. ஆக்ஸிமீட்டர் வைச்சுப் பாப்பீங்க. இது உங்க பையனா ... என்ன படிக்கிறான்."

"ஏழாவது படிக்கிறான். ஒரே பையன். அந்தக் காலகட்டத்துலே ரொம்ப சிரமப்பட்டோம்."

“இப்பவும் அதே ஆஸ்பத்திரியிலேதான் இருக்கீங்களா.”

“ஆமா ஸார்.”

ரகுவரன் ஒரு வாரம் கொரனா வார்டு தனி அறையில் இருந்தான். காய்ச்சல், இருமல், இளைப்பு, தொண்டைப்புண். பலவிதமான மாத்திரைகள். ஐ.வி.யில் ஏதோ திரவங்கள் ஏறிக்கொண்டே இருக்கும். இருமல் மருந்து மூன்று வேளைகளிலும் குடிப்பதால் அரைகுறைத் தூக்கநிலையிலேயே இருப்பான். இரவில் தூக்கம் வருவதற்கான மாத்திரையும் எடுத்துக்கொள்வான். அறையில் டி.வி. வைத்திருந்தார்கள். அதில் பாடல்கள் ஒளிபரப்பப்படும் சேனலை வைத்துக்கொள்வான். ஆடுபவர்களின் அங்க அசைவுகளைப் பார்த்துக்கொண்டே படுக்கையில் கிடப்பான்.

இந்தப் பெண்ணின் முகத்தைப் பார்க்கவில்லை. கொரனா உடை அணிந்திருந்தாள். ஒருநாள் பெயரைக் கேட்டான். ‘பரமேஸ்வரி’ என்றாள். ஐ.வி.யில் இறங்கிக்கொண்டிருக்கும் திரவம் தீர்ந்துபோகும் நேரத்தில் சரியாக வந்துவிடுவாள். வந்து அந்த பிளாஸ்டிக் குடுவையை மாற்றுவாள். அவன் வேட்டி கட்டியிருப்பான். அதை ஒரு பக்கம் விலக்குவாள். தொடையில் தட்டுவாள். அந்த இடத்தில் ஊசி போடுவாள். ஏன் தட்டுகிறாள் என்று யோசித்தான். தட்டின வேகத்தில் ஊசி போட்டுவிடுவாள். ஊசியைப் பற்றிய பயம் எழாமல் இருப்பதற்கு அவள் செய்யும் உத்தி என்று நினைத்தான்.

வேறு ஏதும் அவளிடம் பேசுவதில்லை. ஒரு தடவை, “வீட்டுக்கு எப்ப போவீங்க” என்று கேட்டான்.

“இங்கேயே மாடியிலே தங்கியிருக்கேன்” என்றாள்.

இந்த மாலில் இப்போதுதான் அவளைப் பார்க்கிறான். மெலிவான உடல். மாநிறம். மெல்லிய உதடுகள். கண்களுக்கு மை தீட்டியிருந்தாள். கண்கள் எடுப்பாக இருந்தன. கழுத்தில் மெல்லிய செயின். வெள்ளை நிறச் சேலையில் நீல நிறத்தில் பெரிய பூக்கள், அந்தப் பூக்களில் மெஜந்தா நிறத்தில் மகரந்தங்கள் இருந்தன. ரவிக்கை நீல நிறத்தில் இருந்தது.

“வீட்டுக்காரர் வந்துருக்காறா” என்று கேட்டான்.

“எனக்கு வீட்டுக்காரர் இல்லை. பையன் மட்டும்தான்” என்றாள்.

மேற்கொண்டு ரகுவரன் விசாரிக்கவில்லை.

அந்தப் பையனுக்கு எடுக்கும் சட்டைக்குத் தான் பணம் கொடுப்பதாக ரகுவரன் சொன்னான். அவள் திடுக்கிட்டதுபோல் தெரிந்தது. "வேண்டாம்" என்று சொல்லி, அவனை வணங்கி அந்த இடத்தை விட்டு அகன்றாள்.

டிஸ்சார்ஜ் அன்று அவளுக்கு அவன் பணம் கொடுத்த போது அதை வாங்கிக்கொண்டு அவள் அவசரமாக வெளியே சென்றாள். பிறகு அதே அவசரத்தில் திரும்பி வந்தாள். அவள் கையில் இரண்டு சிறிய, பாக்கெட்டில் வைத்துக்கொள்ளும் அளவில் சானிட்டைசர் பாட்டில்கள் இருந்தன. அவன் "என்னிடம் இருக்கிறது" என்று சொல்லி ஒரு பாட்டில் மட்டும் வாங்கிக்கொண்டான். அந்த சானிட்டைசருக்கான இறுதித் தேதி முடிவடைந்த பின்னும் அதைப் பத்திரப்படுத்தி வைத்திருக்கிறான், அவள் நினைவாக.

அவளின் கணவன் என்ன ஆனான் என்பது அவன் முன் கேள்விக்குறியாக நின்றது.

27 ஏப்ரல் 2024

●

33

கிரிக்கெட் வீரன்

ரயிலில் என் முன்னால் இருந்த இருக்கையில் தலை நரைத்த கிழவர் இருந்தார். பாக்குப் போட்டுக் கறைபடிந்த பற்கள். முன்வரிசையில் ஒரு பல் இல்லை. இந்தக் கிழவரின் பெயர் ராமச்சந்திரன் என்று தோன்றியது.

பள்ளியில் படித்துக்கொண்டு இருந்த காலத்தில் நான் எங்கள் தெரு கபடி அணியில் இருந்தேன். பிற தெரு அணிகளோடு கபடிப் போட்டி நடக்கும். எங்கள் அணிக்கு சூரியன் அணி என்று பெயர் வைத்திருந்தோம். சூரியன் அணி வலுவான அணி என்று பெயர் எடுத்திருந்தது.

மேலரதவீதியில் வசிக்கும் ராமச்சந்திரன் கிரிக்கெட் அணி வைத்திருந்ததாகக் கேள்விப் பட்டோம். தங்கள் அணியின் ஆட்டத்தைக் காணவருமாறு ராமச்சந்திரன் அழைத்தான். பள்ளி மைதானத்தில் கூடினோம். அவர்கள் இரு அணிகளாகப் பிரிந்தார்கள். எல்லோரும் தொப்பி அணிந்திருந்தார்கள். உண்மையான கிரிக்கெட் மட்டை, ஸ்டம்புகள், பந்து வைத்திருந்தார்கள். கையுறை அணிந்திருந்தார்கள். முழங்காலுக்குக் கீழே கட்டும் பேடு இல்லை.

இவ்வளவு உபகரணங்களுடன் அவர்கள் வந்திருப்பது எங்களுக்கு ஆச்சரியமாக இருந்தது. ராமச்சந்திரன் அவர்களுக்குத் தலைவனாக

இருந்தான். கிரிக்கெட் விளையாடுவது குறித்து அவர்கள் பெருமை கொண்டிருந்தார்கள்.

கிரிக்கெட் மேல்நாட்டு விளையாட்டு, கபடி கிராமத்து விளையாட்டு என்று நாங்கள் பேசிக்கொண்டோம். எல்லோரும் பேண்ட் அணிந்திருந்தார்கள். நாங்கள் அரைக்கால் டவுசர் அணிந்திருந்தோம்.

ராமச்சந்திரன் கிரிக்கெட் விளையாட்டைப் பற்றி எங்களுக்குச் சொல்லிக் கொடுத்தான். எங்களையும் ஒரு அணியாக நின்று விளையாட வாய்ப்புக் கொடுத்தான். ராமச்சந்திரன் பாக்குப் போடும் பழக்கம் உள்ளவன். பற்களில் பாக்குக் காவி படிந்திருந்தது. முன் வரிசையில் ஒரு பல் இல்லை.

எங்களுக்குக் கிரிக்கெட் விளையாட்டுப் பழக்கமாக வில்லை. எவ்வளவு சொல்லியும் எங்களால் சரியாக விளையாட முடியவில்லை. பேட்டைப் பிடிக்கத் தெரியவில்லை. கிரிக்கெட் பந்து கனமாக இருந்தது. எதிர்த்தரப்பு பந்தை எறியும்போது பேட்டுடன் நகர்ந்துகொண்டோம். முகத்திலோ காலிலோ பந்து மோதி காயம் பட்டுவிடும் என்று பயந்தோம். எங்களுக்கு இந்த விளையாட்டுச் சரிப்பட்டு வரவில்லை. நாங்கள் கூடிப்பேசி கிரிக்கெட் விளையாட்டியிலிருந்து விலகிக்கொண்டோம்.

பள்ளியில் பார்க்கும்போது விளையாட்டைப் பழகிக் கொள்ள வருமாறு அழைப்பான். எங்களுக்கு இது பணக்கார விளையாட்டு என்று தோன்றியது. கபடிக்கு உபகரணம் ஏதும் தேவையில்லை.

பள்ளிப்படிப்பு முடிந்து கல்லூரியில் படிப்பதற்காக எல்லோரும் வெவ்வேறு திசையில் பிரிந்துவிட்டோம். படிக்க முடியாதவர்கள் உள்ளூரிலேயே கிடைத்த வேலையைப் பார்த்தார்கள். நான் படித்து ஆசிரியராக உத்தியோகத்தில் இருந்தேன்.

எனக்கு முன்னால் வயதான தோற்றத்தில் ஒருவர் உட்கார்ந்திருக்கிறார். நான் 'பெரியவர்' என்று அழைக்கும் தோற்றம். நோயுற்ற உடல். வேட்டி, முழுக்கைச் சட்டை அணிந்து தோளில் துண்டு போட்டிருக்கிறார். சில அடையாளங்களை வைத்து ராமச்சந்திரன்தான் என்று முடிவு செய்தேன்.

நான் அவரைப் பார்த்தேன். என்னை அவருக்கு நினைவில் இருக்க வாய்ப்பே இல்லை. நான் கபடி அணியில் ஒருவனாக இருந்தவன். அவரிடம் "நீங்கள் ராமச்சந்திரன்தானே"

என்றேன். அவர் தலையாட்டிவிட்டு என்னைப் பார்த்து, "நீங்கள்..." என்றார். நான் என் பெயரைச் சொல்லி பள்ளியின் பெயர், ஒரே வகுப்பில் படித்தது, கிரிக்கெட் விளையாட்டைக் கற்றுக்கொள்ள வந்தது என்று எல்லாவற்றையும் சொன்னேன். அவர் சிரித்தார். காவிப் பற்கள். முன்வரிசையில் ஓட்டைப்பல்.

"ஆமாம். நான் ராமச்சந்திரன்தான்" என்றார்.

"எனக்குக் கிட்டத்தட்ட உங்கள் வயதுதான் இருக்கும். நீங்கள் பார்க்க வயதானவரா தெரியறீங்க. அப்ப ஸ்டைலா இருப்பீங்க. பேண்ட் போட்டு இன் பண்ணி வருவீங்க..."

"ஆமாம். அது ஒரு காலம். வாழ்க்கை என்னை அடிச்சு மனசையும் உடலையும் பலகீனமா ஆக்கிடுத்து. நான் கிரிக்கெட் வீரனாகணும்னு நெனைச்சேன். பேங்க்லே வேலை பார்த்தேன். கல்யாணமாச்சு. ஒரு பெண், ஒரு பையன் பிறந்தாங்க. எங்க பத்தாவது திருமண நாள்லே என் மனைவி இறந்துட்டா. மனைவி இறந்துட்டதா சொன்னேன்லியோ அது விபத்து. நான் கார் ஓட்டிண்டு போனேன். பக்கத்துலே என் மனைவி. எப்படியோ விபத்து நடந்து நான் பிழைச்சுண்டேன். அவள் என் கண் முன்னாலே இறந்துபோனாள். ரெண்டு பிள்ளைகளை வளக்க நான் படாத பாடுபட்டேன். மகனுக்குக் கல்யாணமாச்சு. அவன் குடும்பத்தோட ஏற்காடு டூர் போனான். விபத்து. அந்த விபத்துலே குடும்பமே, மகன், மருமகள், பேரக்குழந்தைகள் இறந்துபோச்சு. அடுத்தாப்லே மகளுக்குக் கல்யாணமாச்சு. கார்லே போறப்ப விபத்து. ரெண்டு பேரும் இறந்துபோனாங்க. நான் அனாதை. கார்லே ஏதோ துர்சக்தி இருக்குன்னு நெனைச்சுண்டு காரை வித்தேன். மூணு விபத்து. குடும்பத்தை நாசமாக்கிடுத்து. நீங்க நம்பறேளா, மூணு விபத்து ஒண்ணுக்குப் பின்னாடி ஒண்ணு நடந்து குடும்பமே காலியாகும்னு. என்ன தர்க்கம் இருக்கு. ஆனா நடந்துச்சு."

"எங்கே போறீங்க."

"மதுரைக்கு. அங்கே எங்களை மாதிரி ரிட்டயர்ட் ஆனவங்களுக்குன்னு ஒரு ஹோம் கட்டியிருக்கா. பேமெண்ட் பண்ணணும். கம்யூனிட்டி வாழ்க்கை. சாப்பாடு பொது. டாக்டர் இருப்பாரு. தியேட்டர் ஹால் இருக்கு. பேசறதுக்குக் கிழங்கள் இருக்கா. அவா பழைய கதையைச் சொல்லுவா. போரடிக்கும். இதான் என் வாழ்க்கை."

"நான் வழியிலே, திருச்சியிலே இறங்கிருவேன். மகள் வீட்டுக்குப் போறேன். மகள் வீட்டுக்காரரு ஆடிட்டரா

இருக்காரு. நான் ஆசிரியரா இருந்து ரிட்டயர்ட் ஆயிட்டேன். நீங்க கிரிக்கெட் பாப்பிங்களா...”

“ரூம்லே டி.வி. இருக்கு. இன்ட்ரஸ்ட் இல்லை. ஏதோ பாப்பேன்.”

என் மனதில் தலையில் தொப்பில் அணிந்து கிரிக்கெட் பேட்டைப் பிடித்து நிற்கும் ராமச்சந்திரன் நினைவுக்கு வந்தான்.

27 ஏப்ரல் 2024

●

34

ஒருநாள் இரவு

சந்திரசூடனுக்குச் சென்னை புறநகர்ப் பகுதியில் வீடு பார்த்துத் தன் தாயைக் கூட்டி வர வேண்டிய நிலை இருந்தது. அவன் ஒரு மேன்ஷனில் தங்கியிருந்தான். தாயார் தஞ்சாவூரில் ஒரு சிறிய வீட்டில் வாடகைக்குக் குடியிருக்கிறார். அவனுக்கு அரசாங்க வேலை கிடைத்துவிட்டது. அதனால் இரட்டைச் செலவு வேண்டாம், வீட்டுச் சாப்பாடு சாப்பிட்டுக்கொள்ளலாம் என்று நினைத்து புறநகர்ப் பகுதியில் வீடு தேடினான்.

ஒரு நட்பு வட்டத்தில் முருகேசனைச் சந்தித்தான். அவரும் அரசாங்க வேலைதான் பார்க்கிறார். அவன் வேலை பார்க்கும் எழிலகம் காம்ப்ளெக்ஸில் வேறு ஒரு அரசாங்கத் துறையில் வேலை பார்க்கிறார். திருநீர்மலைக்குச் செல்லும் வழியில் ஒரு பகுதியில் குடியிருப்பதாகவும், டிரெயினில் ஏறி வேலைக்கு வருவதாகவும் கூறினார்.

அவருடன் சேர்ந்து வீடு பார்க்க ஒரு நாள் குறித்து மதியத்திற்கு மேல் கிளம்பிச் சென்றான். ரயில் நிலையத்தில் அவர் குறித்துச் சொன்ன இடத்தில் இருந்தார். சந்திரசூடன் கூட ஒரு உதவி இயக்குநர் வந்தார். தற்செயலாக அவனைக் காண வந்தவர் பொழுது போகவில்லை என்று அவன்கூட வீடு தேட வந்துவிட்டார்.

மூன்று பேரும் டீ குடித்துவிட்டு முருகேசன் காட்டிய சில வீடுகளைப் பார்த்தோம். ஒரு வீடு பிடித்திருந்தது. அதற்குள் இருட்டிவிட்டது. இந்தப்

பகுதியில்தான் தன்னுடைய வீடு இருப்பதாக முருகேசன் சொன்னார். ரயில் நிலையம் செல்வதற்கோ, பஸ் நிற்கும் இடத்திற்குச் செல்வதற்கோ வெகுநேரம் பிடிக்கும்.

முருகேசன் தன்னுடைய வீட்டில் இரவு தங்கிவிட்டு அடுத்த நாள் செல்லலாம் என்றார். சந்திரசூடன், கூட வந்த உதவி இயக்குநரைப் பார்த்தான். அவருக்கும் வேறு வேலை இல்லை. முருகேசன் வீட்டில் தங்கிச் செல்லலாம் என்று முடிவு செய்தார்கள். அவர் அவர்களை அவருடைய வீட்டிற்குக் கூட்டிச் சென்றார். இருவரும் அவருடன் நடந்தார்கள்.

வீடு பார்த்த பகுதியே மிக ஒதுங்கிய பகுதி. அதையும் கடந்து நீண்ட தூரத்திற்கு முருகேசன் சென்றுகொண்டிருந்தார். சந்திரசூடனும் உதவி இயக்குநரும் ஒருவரையொருவர் பார்த்துக்கொண்டார்கள். ஒரு வெட்டவெளியை அடைந்தார்கள். செடிகள் நிறைந்திருந்தது. அதில் ஒத்தையடிப்பாதை இருந்தது. இருட்டாக இருந்தது. பையில் வைத்திருந்த டார்ச் லைட்டை அடித்துக்கொண்டே முருகேசன் சென்றார். சந்திரசூடனும் உதவி இயக்குநரும் அவரைப் பின்தொடர்ந்து சென்றார்கள்.

சில குடிசைகள் இருந்தன. மின்சாரம் இல்லை. ஒரு குடிசை யின் வாசலில் நின்றார் முருகேசன். "இதுதான் வீடு" என்றார். அனைவரும் வீட்டுக்குள் நுழைந்தார்கள். அவரின் மனைவி ஒல்லியாக இருந்தாள். கட்டியிருந்த தூளியில் குழந்தை உறங்கிக்கொண்டிருந்தது. மனைவி பாயை விரித்தாள். அதில் அவர்கள் உட்கார்ந்தார்கள். நல்ல வேளையாக இரவுச் சாப்பாட்டை மூன்று பேரும் ஒரு ஓட்டலில் பரோட்டா சாப்பிட்டு முடித்திருந்தார்கள்.

அந்தக் குடிசைக்குள் நான்கு நபர்கள் படுக்க வேண்டும். முருகேசன் அவர்கள் இருவருக்கும் அணிந்துகொள்ள வேட்டி கொடுத்தார். மின்சாரம் இல்லை என்பதால் லாந்தர் விளக்கு இரண்டு இடத்தில் எரிந்துகொண்டிருந்தது. லாந்தர் விளக்கு வெளிச்சத்தில் முருகேசனின் மனைவியைச் சந்திரசூடன் பார்த்தான். மூக்கில் மூக்குத்தி அணிந்த துவாரம் தெரிந்தது. கழுத்தில் தங்க நகை ஏதும் இல்லை. மஞ்சள் கயிறு அழுக்குப் படிந்து கிடந்தது. காதில் அணிந்திருந்த தோடு தங்கமா, கவரிங்கா என்று கண்டறிய முடியவில்லை.

அவர்கள் இருவரும் இத்தகைய குடிசையில் முருகேசன் தங்கியிருப்பார் என்று நினைக்கவில்லை. தெரிந்திருந்தால் தங்களுக்கும் அவர்களுக்கும் ஏற்பட்டிருந்த அசௌகரியத்தைத் தவிர்த்திருப்பார்கள். சந்திரசூடனுக்கும் உதவி இயக்குநருக்கும்

தலையணை கொடுத்தார் முருகேசன். அவரும் மனைவியும் சேலையைச் சுருட்டித் தலைக்கு வைத்துக்கொண்டார்கள். வாசலை ஒட்டி சந்திரசூடன், பிறகு உதவி இயக்குநர், பிறகு முருகேசன், அதன்பிறகு முருகேசனின் மனைவி குழந்தையுடன் என்ற வரிசையில் படுத்திருந்தார்கள். தலைமாட்டில் ஒரு செம்பில் தண்ணீரும் டம்ளரும் வைத்திருந்தார்கள்.

குடிசைக்கு வெளியே தட்டியால் சிறு மறைப்பு ஏற்படுத்தி யிருந்தார்கள். அதில்தான் குளியல் என்று நினைத்தான் சந்திரசூடன். இயற்கை உபாதைகளைக் கழிக்க செம்புடன் வெளியே செல்ல வேண்டும்.

முருகேசன் கூறினார். "எங்கள் சமூகத்திற்கு வீடு வாடகைக்குக் கொடுக்க மாட்டார்கள். எங்களுக்கு வசதியும் போதாது. தாய், தகப்பன் விவசாயக் கூலி வேலை பார்க்கிறார்கள். அவர்களுக்கும் நான் செலவுக்குப் பணம் அனுப்ப வேண்டும். எங்கள் தலைமுறையில் நான்தான் படித்தவன். அதனால் இந்தப் புறம்போக்கு நிலத்தைக் கண்டுபிடித்தேன். ஏற்கெனவே சிலர் இங்கு குடிசை போட்டிருந்தார்கள். அவர்கள் ஒத்துழைப்புடன் நானும் இங்கு குடிசை போட்டுக் கொண்டேன். எங்கள் உடமை கொஞ்சம்தான். பாத்திரங்கள், துணிமணிகள் தவிர சொல்லிக்கொள்ளும்படி ஒன்றும் இல்லை. உங்களுக்குப் பழக்கமில்லாத இடமாக இருக்கும். பொறுத்துக்கொள்ளுங்கள்."

சந்திரசூடனும் உதவி இயக்குநரும் "சிரமம் ஒன்றுமில்லை" என்று சொன்னார்கள். உறக்கம் வராமல் இருவரும் புரண்டுகொண்டே இருந்தார்கள். இரவில் வெளியே சென்று சிறுநீர் கழித்தார்கள்.

விடிந்தது. முருகேசன் ஒரு செம்பைத் தண்ணீருடன் எடுத்துக்கொண்டார். சந்திரசூடனுக்கும் உதவி இயக்குநருக்கும் ஆளுக்கொரு செம்புத் தண்ணீர் கொடுத்தார். மூவரும் இயற்கை உபாதையைக் கழிக்க செடி, மரம் மறைவை நோக்கிச் சென்றார்கள்.

திரும்பி வந்தபின் முருகேசன் கோபால் பல்பொடி கொடுத்தார். இருவரும் பல் தேய்த்தார்கள். கோபால் பல்பொடி சாப்பிட்டு விடலாம்போல் அவ்வளவு இனிப்பாக இருந்தது.

முருகேசனின் மனைவியை இப்போதுதான் வெளிச்சத்தில் சந்திரசூடன் பார்த்தான். பழந்துணியைச் சேலையாக அணிந்திருப்பது போல் சேலை இருந்தது. மனைவி டீ கொடுத்தார்.

அபூர்வ கணம்

அவர்கள் மூவரும் டீ குடித்தார்கள். மனைவி, "காலை டிபன் சாப்பிட்டுட்டுப் போகலாம்" என்றார்.

உதவி இயக்குநர், "இல்லை. வேலை இருக்கு. கிளம்பறோம்" என்றார். சந்திரசூடனும், "ரொம்ப நன்றி. நாங்க கிளம்பறோம்" என்றான். குடிசைக்கு வெளியே சென்று வேட்டியிலிருந்து பேண்ட்டுக்கு மாறிக்கொண்டார்கள்.

முருகேசனிடமிருந்தும் அவர் மனைவியிடமிருந்தும் விடைபெற்றுக்கொண்டார்கள். புறம்போக்கு நிலத்தைக் கடந்து நீண்ட தூரம் நடந்து எலெக்ட்ரிக் ரயில் நிற்கும் இடத்திற்கு வந்துசேர்ந்தார்கள். கிளம்பியதிலிருந்து வந்து சேரும்வரை இருவரும் எதுவும் பேசிக்கொள்ளவில்லை. மௌனமாக இருந்தார்கள்.

28 ஏப்ரல் 2024

●

35

மனதின் விளையாட்டு

தமிழ்ச்செல்வனுக்கு வீட்டில் திருமணத்திற்குப் பெண் பார்த்துக்கொண்டிருந்தார்கள். அவனும் தனிப்பட்ட முறையில் பெண் தேடிக்கொண்டிருந் தான். ஒரு பெண்ணும் அவனுக்குப் பிடித்தாற்போல் அமையவில்லை. தேனியில் நெடுஞ்சாலைத் துறை யில் ஒரு பெண் வேலை பார்ப்பதாகப் புரோக்கர் கூறினார். இங்கிருந்து படையெடுப்பது மாதிரி உறவினர்களைக் கூட்டிக்கொண்டு செல்வதில் அவனுக்குச் சலிப்பு இருந்தது. எனவே ஒரு நண்பனைக் கூட்டிக்கொண்டு காலையில் அவள் அலுவலகம் வரும்போது பார்த்துக்கொள்ளலாம் என்று அலுவலக நேரத்துக்குச் சென்றுவிட்டான். அந்தப் பெண்ணை எப்படி அடையாளம் காண்பது என்பதற்கு அந்தப் பெண்ணிற்குப் பச்சைக் கண்கள் என்று புரோக்கர் சொல்லியிருந்தார்.

ஒரு பெண் பச்சை நிறப் புடவையில் அலுவலகம் நோக்கி வந்துகொண்டிருந்தாள். அவன் நண்பனை உஷார்படுத்தினான். அவள் நெருங்கிநெருங்கி வந்துகொண்டிருந்தாள். பக்கத்தில் வந்ததும் அவனைப் பார்த்தாள். அந்தப் பச்சைக் கண்ணின் ஒளியில் தமிழ்ச்செல்வன் பயந்துபோனான். தான் வருவதை அந்தப் பச்சைக் கண்ணழகிக்குத் தெரிவிக்க வேண்டாம் என்று புரோக்கரிடம் சொல்லி யிருந்தான். அவள் அவர்களைக் கடந்து அலுவலகத் திற்குள் சென்றாள்.

நண்பன் அவனிடம், "நல்லா பாத்தியா" என்றான்.

"கொஞ்ச நேரந்தானே பாக்க முடிஞ்சது. அழகுதான். கண்ணுதான் பாக்க பயமா இருக்கு" என்றான் தமிழ்ச்செல்வன்.

பாம்பு பெண் வடிவம் எடுப்பதைச் சினிமாப் படங்களில் அவன் பார்த்திருக்கிறான். இந்திப் படமாக இருந்தாலும் தமிழ்ப்படமாக இருந்தாலும் பாம்பு பெண் வடிவம் எடுக்கும் போது பச்சைக் கண்களுடன்தான் எடுக்கிறார்கள். படம் பார்க்கும் மக்கள் அந்தப் பெண்ணைப் பார்க்கும்போது பயப்பட வேண்டும் என்று படமெடுப்பவர்கள் நினைக்கிறார்கள். அப்படி என்றால் பச்சைக்கண் பயம் தருவது.

பூனைகளின் கண்களும் கிட்டத்தட்ட அப்படித்தான் இருக்கிறது. பூனைக்கண் என்றுகூட மக்கள் சொல்கிறார்கள். பாம்புக்கண் என்று சொல்வதில்லை. பூனையின் கண்களை அவன் பார்த்திருக்கிறான். அதுவும் பூனை பார்க்கும்போது பயம் தரக்கூடியதுதான்.

ஊருக்குத் திரும்பிவிட்டார்கள். புரோக்கர் கேட்டார். "யோசித்துச் சொல்றேன்" என்று சொல்லிவிட்டான்.

இரவுதூக்கத்தில் கனவு கண்டான். அந்தப் பெண் அறைக்குள் நுழைந்து கதவைச் சாத்துகிறாள். அவன் பார்க்கிறான். பாம்புதான் பெண் வடிவமெடுத்து வந்துவிட்டதோ என்று பதறுகிறான். அவள் அருகில் வந்து அவனைத் தொடுகிறாள். அவன் திடுக்கிட்டுத் தூக்கத்திலிருந்து விழிக்கிறான்.

அவன் மனம் வேறுவிதமாகச் சிந்திக்கச் சொன்னது. அரசாங்க வேலையில் இருக்கிறாள். நல்ல சிகப்பு நிறம். கூந்தல் போதுமான அளவு இருக்கிறது. அங்க லட்சணம் சரியான அளவில் இருக்கிறது. கண் மட்டும் பச்சைக்கண் அல்லது பூனைக்கண். அந்தக் கண்களைப் போதை தரும் கண்களாக யோசித்துப் பார்த்தான். பழகினால் போதை தரும் கண்களாகப் பார்க்க முடியும் என்று தோன்றியது.

புரோக்கரிடம் ஒரு நல்ல நாளில் தாயார், உறவினர்களுடன் பெண் பார்க்க வருவதாகக் கூறினான். அப்பா ஏற்கெனவே இறந்துவிட்டார். குறிப்பிட்ட நாளில் பெண் பார்க்கச் சென்றார்கள். பெண்ணைப் பார்த்தார்கள். அவனும் அவளும் ஒருவரையொருவர் பார்த்துக்கொண்டார்கள். பச்சைக் கண்ணைச் சந்திப்பது அவனுக்குச் சிரமமாக இருந்தது. உறவினர்களும் திரும்பி வரும்போது, "பூனைக்கண்ணா இருக்கே" என்று சொல்லிக்கொண்டு வந்தார்கள்.

கண்தான் பிரச்சினை. மற்ற விஷயங்களில் பிரச்சினை ஏதுமில்லை. தாயாரிடம் கேட்டான். "நீ கூட இருக்கப்போறவன். வாழப்போறவன். நீயே முடிவு எடுத்துக்கோ" என்று சொல்லி விட்டார். 'கண்கள் இப்படி இருப்பதற்கு அவள் என்ன செய்வாள்' என்று நினைத்தான்.

அவன் இன்னும் முடிவெடுக்காமல் இருந்தான். அந்தச் சமயத்தில் ஊரில் உள்ள பழைய தியேட்டரில் பாம்பு பெண் வடிவமெடுக்கும் தமிழ்ப்படத்தைத் திரையிட்டார்கள். அவன் போய்ப் பார்த்தான். ஆரம்பத்திலிருந்து இறுதிவரை பெண்ணின் பச்சைக் கண்களை போதை தரும் கண்களாகப் பாவித்துப் பார்த்தான்.

அவன் மனம் மாறியது. அவளைத் திருமணம் செய்ய ஒப்புக்கொண்டான்.

28 ஏப்ரல் 2024

●

36

நின்றுபோன படம்

அசோக்கின் நண்பர் மலைவேந்தன் எழுத்தாளராக இருந்தார். ஒரு கட்டத்தில் உதவி இயக்குநராக மாறினார். எழுத்தாளர் ராஜராஜன் ஒரு படத்தின் இயக்குநராக இருந்தார். மலைவேந்தனை ராஜராஜன் உதவி இயக்குநராக வைத்துக்கொண்டார்.

அசோக் திரைப்பட ஷூட்டிங் எதுவும் பார்த்ததில்லை. தன் ஆசையை மலைவேந்தனிடம் சொன்னான். "படம் மெதுவா போயிக்கிட்டிருக்கு. ஒருநாள் கூட்டிப்போறேன்" என்றார் மலைவேந்தன். அடிக்கடி அசோக் ஷூட்டிங் பார்க்கும் ஆசையைச் சொல்லிக்கொண்டே இருப்பான். ஒருநாள் "இன்று சாய்ந்தரம் சூட்டிங் பார்ப்போம்" என்றான் மலைவேந்தன்.

"என்ன காட்சி" என்று கேட்டான் அசோக்.

"கற்பழிப்புக் காட்சி" என்றான் மலைவேந்தன்.

"என்னது கற்பழிப்புக் காட்சியா. அதை எப்படிப் பார்ப்பது. அனுமதிக்க மாட்டார்களே."

"நான் கூட்டிட்டுப் போறேன்."

"இங்கே மேன்சனுக்கு வந்திருங்க. ஆட்டோ பிடிச்சுப் போவோம்."

மலைவேந்தன் ஒப்புக்கொண்டார். அசோக் கிற்குப் படபடப்பாக இருந்தது. முதன்முறையாகச்

ஷூட்டிங் பார்க்கப் போகிறோம். அதுவும் கற்பழிப்புக் காட்சி. அசோக்கிற்குக் கிளர்ச்சியாக இருந்தது.

அசோக் தங்கியிருந்த இடத்திற்கு மலைவேந்தன் வந்து விட்டார். இருவரும் ஆட்டோவில் புறப்பட்டார்கள். ஷூட்டிங் நடக்கும் இடத்திற்கு வந்து சேர்ந்தார்கள். ஒரு பெரிய வீடு. முன்னால் ஷாமியானா பந்தல் போட்டிருந்தார்கள். ஒருபுறம் கார்கள் நின்றுகொண்டிருந்தன. இயக்குநர் ராஜராஜன் அகன்ற சேரில் உட்கார்ந்திருந்தார். மலைவேந்தன் அவரிடம் அசோக்கை அழைத்துச் சென்று அறிமுகப்படுத்தினார். அசோக்கை அருகில் இருந்த சேரில் உட்காரச் சொன்னார். சற்றுத் தள்ளி வாழைக்காய் பஜ்ஜி போட்டுக்கொண்டிருந்தார்கள். எண்ணெயில் வாழைக்காய் பஜ்ஜி விழும்போது 'சொய்' என்ற சத்தம் கேட்டுக்கொண்டிருந்தது.

ஒருவர் தட்டில் வாழைக்காய் பஜ்ஜிகளை வைத்து அசோக்கிற்கும் இயக்குநருக்கும் மலைவேந்தனுக்கும் கொடுத்தார். சட்னியும் இருந்தது. பஜ்ஜி நன்றாக இருந்தது. காபியும் வந்தது.

கதாநாயகியைப் பார்க்க வேண்டும் என்ற ஆர்வம் அசோக்கிற்குக் கூடிக்கொண்டே இருந்தது. திடீரென்று வீட்டி லிருந்து ஒரு அழகி வந்தாள். நல்ல உயரம். அகன்ற தோள். இடை மெலிந்திருந்தது. ஹை ஹீல்ஸ் அணிந்திருந்தாள். பின்பக்கம் எடுப்பாகத் தெரிந்தது. ரோஜாப்பூ நிறம். இவள்தான் கதாநாயகி என்று முடிவு செய்தான். கண்களைச் சுழற்றி இருப்பவர்களைப் பார்த்தாள். அந்தச் சுழற்றலில் தன்னையும் பார்த்ததாக அசோக்கிற்குத் தோன்றியது. ரோஸ்கலர் சேலை, ரவிக்கை அணிந்திருந்தாள். அசோக்கிற்கு நிலைகொள்ள வில்லை.

அவள் இயக்குநரிடம் ஏதோ பேசினாள். பிறகு உள்ளே சென்றுவிட்டாள். அவள் பின்னாலேயே ஒருவர் பஜ்ஜிகளைத் தட்டில் வைத்து எடுத்துச் சென்றார். மலைவேந்தன் அசோக்கிடம், "இன்னும் வில்லன் வரலை" என்று சொல்லிக் கையில் கட்டியிருந்த கடிகாரத்தைப் பார்த்தார்.

இயக்குநர் சிகரெட்டைப் பற்றவைத்தார். வெளிப் பார்வைக்கு நிதானத்துடன் தெரிந்தார். உள்ளே கொந்தளித்துக் கொண்டிருப்பதாக அசோக்கிற்குத் தோன்றியது.

திடீரென்று பரபரப்பு. வில்லன் வந்துவிட்டார். நேரே இயக்குநரிடம் வந்து மன்னிப்புக் கேட்டார். ஹீரோயின் சீனுக்காகக் காத்துக்கொண்டிருப்பதாக இயக்குநர் வில்லனிடம் கூறினார். இயக்குநரும் வில்லனும் வீட்டிற்குள் நுழைந்தார்கள்.

அசோக்கையும் அழைத்துக்கொண்டு அவர்கள் பின்னால் மலைவேந்தன் சென்றார்.

பெரிய ஹால், பெரிய அறை. அகலமான கட்டில் போடப்பட்டு இருந்தது. வில்லன் கதாநாயகியிடம் ஏதோ வசனம் பேச வேண்டும். கதாநாயகி வில்லனிடம் கோபமாக எடுத்தெறிந்து பேச வேண்டும். மலைவேந்தன் இருவருக்கும் வசனங்களைச் சொல்லிக் கொடுத்தார். கொஞ்ச வசனங்கள்தான். அதை இருவரும் மனப்பாடம் பண்ணிச் சொல்லும்வரை மலைவேந்தன் கூடவே நின்றார். ஷூட்டிங் ஆரம்பிக்கும் போது மலைவேந்தன் சற்றுப் பின்னால் நகர்ந்து, கேமிராவிற்குள் வராமல் நின்றார்.

கதாநாயகி கோபமாகப் பேசும் காட்சியில் வசனத்தைச் சரியாகச் சொல்லாமல் சொதப்பினாள். “என்னம்மா இத்துனூண்டு வசனம். உனக்குக் கோபமே வராதா” என்று சொல்லி அடுத்தடுத்த டேக் சென்று முடித்தார்.

பிறகு வில்லன், கதாநாயகியின் சேலை முந்தானையைப் பிடித்து இழுக்க வேண்டும். முந்தானை இல்லாத மார்பகங் களைக் காட்டிக்கொண்டு கதாநாயகி ஓட வேண்டும். கதாநாயகியின் ரவிக்கையை முதுகுப் பக்கத்தில் கிழிக்க வேண்டும். கிழிக்க வசதியாக, வெளியே தெரியாதது போல் கத்தரிக்கோலால் முதுகுப்புற ரவிக்கையின் மேல் பகுதியில் லேசாக வெட்டியிருந்தார்கள். ஹாலில் இருக்க வேண்டிய பொருட்களையும் அறையில் இருக்க வேண்டிய பொருட்களையும் சரிபார்த்தார்கள்.

இயக்குநர் “ஸ்டார்ட்” என்றார். வில்லன் அட்டகாசமாகச் சிரித்துக்கொண்டே கண்களை விழித்துப் பார்த்துக்கொண்டே அவளைப் பிடித்து அணைத்து, முந்தானையை இழுத்தார். கதாநாயகி சரியாக ஒத்துழைக்கவில்லை. இயக்குநர் நிறுத்தச் சொன்னார்.

“சார், வில்லன் சார் நகங்களை வெட்டியிருங்க. இந்தா பாருங்க. பிராண்டியிருக்கார்” என்றாள் கதாநாயகி.

இயக்குநர் வில்லனை வரச் சொல்லி நகங்களைப் பார்த்தார். “ஏன் இவ்வளவு பெரிய நகங்கள் வைச்சிருக்கீங்க” என்று வில்லனிடம் கோபித்துக்கொண்டார். நகவெட்டியைக் கொண்டுவரச் சொன்னார். நகவெட்டி எங்கேயிருக்கிறது என்று தெரியாமல் திகைத்தார்கள். மேக்கப் போடும் இடத்திற்குப் போய் ஒருவன் நகவெட்டியைக் எடுத்து வந்தான். நகவெட்டியைக்கொண்டு நகங்களை வெட்டிச் சரிசெய்தார்கள்.

அசோக்கிற்குப் போரடித்தது. மலைவேந்தனிடம் சொல்லிக்கொண்டு சென்றுவிடலாம் என்று தோன்றியது. அதன்படியே மலைவேந்தனிடம் சொன்னான். அவன் ஷூட்டிங் முடிந்தபின் செல்லலாம் என்றான். அசோக் கேட்கவில்லை. மலைவேந்தன் ஒப்புதல் கொடுத்தார். அசோக் தன் அறைக்குத் திரும்பினான்.

பிறகு மலைவேந்தனிடம் விசாரித்ததில் அன்றைய ஷூட்டிங்கில் கதாநாயகியும் வில்லனும் மாறி மாறி சொதப்பிக் கொண்டிருந்ததினால் ஷூட்டிங் பூர்த்தியாகவில்லை என்றார்.

பிறகு சந்தித்தபோது வில்லனை மாற்றிவிட்டதாகச் சொன்னார் மலைவேந்தன். "கதாநாயகியை மாற்றிவிட்டீர்களா" என்று அசோக் கேட்டான். "அவளை மாத்த முடியாது. தயாரிப்பாளருக்கு வேண்டியவ. இயக்குநரே பயந்துதான் இருக்காரு. அவ சொன்னா, இயக்குநரையே தயாரிப்பாளர் மாத்திவிடுவார்" என்றான் மலைவேந்தன்.

'அழகான கதாநாயகி. தயாரிப்பாளர் அதிர்ஷ்டசாலி' என்று அசோக் நினைத்துக்கொண்டான். படம் வெளியாகவே இல்லை. படம் நின்றுவிட்டது என்றார்கள். மலைவேந்தன் அவனைப் பார்க்க வருவதேயில்லை.

28 ஏப்ரல் 2024

●

37

புல்லாங்குழல் இசை

நான் என் மனைவியை விட்டுப் பிரிந்து வாழ்கிறேன். அவள் எங்கள் மகனுடன் தனியே வசிக்கிறாள். நான் இன்று விவாகரத்து மனுவை நீதிமன்றத்தில் தாக்கல் செய்ய மதுரை வந்திருக்கிறேன். முக்கிய பஜாரில் உள்ள சரஸ்வதி லாட்ஜில் அறை எடுத்துத் தங்கியிருக்கிறேன். என் அறையை ஒட்டி பால்கனி உள்ளது. அங்கே நின்றால் சாலையைப் பார்க்கலாம். முக்கிய பஜாரின் சாலை என்பதால் மக்கள் போவதும் வருவதுமாக இருந்தார்கள். மேலும் மேற்குக் கோபுரத்திற்குச் செல்லும் வழியாகவும் இந்தச் சாலை உள்ளது. நான் பால்கனியில் சேரைப் போட்டுக்கொண்டு சாலையில் செல்லும் மனிதர்களை வேடிக்கைப் பார்த்தேன்.

எதிர் பிளாட்பாரத்தில் கண் தெரியாத ஒருவர் ஒரு பை நிறையப் புல்லாங்குழல்கள் விற்பனைக்கு வைத்திருந்தார். அந்தப் புல்லாங்குழல்கள் ஒன்றுபோல் மற்றொன்று இருக்காது. அவர் புல்லாங்குழலை எடுத்து வாசிப்பார். அவருக்குத் தெரிந்த கர்நாடக சங்கீதக் கீர்த்தனைகளை வாசிப்பார். பிரமாதம் என்று சொல்ல முடியாது. சுமாராக இருக்கும். புல்லாங்குழலை எவரும் வாங்கி நான் பார்த்ததில்லை. வாசிப்பின் இடையே சற்று ஓய்வெடுத்துக்கொண்டு மீண்டும் வாசிப்பார்.

அவர் விற்பனை செய்யும் இடத்திற்கு எதிரே நான் தங்கியிருக்கும் லாட்ஜ் இருக்கும் வரிசையில் தௌலீக் என்ற பெயரில் ஒரு ரெஸ்டாரண்ட் இருந்தது. அங்கே பிரியாணி நன்றாக இருக்கும். சூப், கறிவடை, டீ நன்றாக இருக்கும். இசை பாக்ஸ் ஒன்று இருக்கும். இந்திப் பாடல்கள் பட்டியல் இருக்கும். பாடலைத் தேர்வுசெய்து நாணயத்தைப் போட்டால் பாடல் ஒலிக்கும். கேட்டுக்கொண்டே கறிவடையும் டீயும் சாப்பிடலாம்.

நான் படுக்கையில் படுத்திருந்தேன். என் மனைவிக்கு மனதுக்குள் 'அடங்காப்பிடாரி' என்று பெயர் வைத்திருந்தேன். சண்டை எதற்காக வருகிறது என்று யூகிக்க முடியாது. எப்படியோ சண்டை வந்துவிடும். சண்டை வந்தால் அவள் குரலின் வலிமைக்கு முன் நான் தோற்றுத்தான் ஆக வேண்டும். அழகியல் உணர்வே அற்றவள். உட்காருவது, படுப்பது, பேசுவது, ரசனை... இப்படி எதிலும் நேர்த்தி கிடையாது. படித்தவள்தான். ஆனால் பாமரனைக் காட்டிலும் குறைவான அறிவு. இவ்வளவு காலம் கடந்ததே பெரிய விஷயம். இனிமேலும் கடக்க வேண்டிய காலத்தை நினைத்தால் மலைப்பாக இருக்கிறது. வக்கீலைப் பார்த்துப் பேசி முடித்துவிட்டேன். நாளை குடும்ப நீதிமன்றத்தில் கொடுத்துவிடலாம் என்று தேவையான ஆவணங்களைத் தயார் செய்துவிட்டோம். மகனை நினைத்தால் கவலையாக இருக்கிறது. தனது அறிவற்ற தன்மைகளையெல்லாம் மகன்மீது ஏற்றிவிடுவாள். அவன் மடையனாக உருவாகிவிடுவான்.

இருதரப்பு விவாகரத்துக்கு என் மனைவி ஒப்புக்கொள்ள வில்லை. நான்தான் மனுச் செய்கிறேன். அவள் அதை எதிர்ப்பாள். வழக்கு நீண்டுகொண்டேபோகும். என்னைச் சித்ரவதை செய்த திருப்தி அவளுக்கு ஏற்படும். நீண்டு கொண்டே சென்றால் என்னால் மறுதிருமணம் செய்துகொள்ள முடியாது. அந்த நினைப்பு இப்போது எனக்கு இல்லை என்றாலும் இதெல்லாம் அவளுக்குக் குரூர திருப்தியை அளிக்கும் என்பதை அறிவேன். வாழ்க்கை நாம் விரும்பிய போக்கிலா செல்லும். வாழ்க்கை அதன் போக்கில் செல்லும். நாமும் உடன் செல்ல வேண்டும். பலவாறு யோசித்துக்கொண்டே படுத்திருந்தேன்.

இப்போது புல்லாங்குழல் இசை ஒலித்தது. இது அந்தக் கண் தெரியாதவர் வாசிப்பதல்ல என்று உணர்ந்தேன். எனக்கு ஓரளவு சங்கீதப் பரிச்சயம் உண்டு. வாசிக்கும் ராகம் 'மாயமாளவகௌள' என்று யூகித்தேன். 'கல்லெல்லாம்

மாணிக்கக் கல்லாகுமா' என்ற சினிமாப் பாடல் இந்த ராகத்தில் அமைந்தது. டி.எம். சௌந்தரராஜன் ரசித்துக் குழைந்து பாடியிருப்பார். சிலோன் ரேடியோவில் இந்தப் பாட்டை அடிக்கடி ஒலிபரப்புவார்கள்.

நான் எழுந்து பால்கனியில் நின்று பார்த்தேன். ஒரு வெளிநாட்டுப் பெண்ணும் நடுத்தர வயது ஆணும் அந்தக் கண் தெரியாதவர் பக்கத்தில் பிளாட்பாரத்தில் உட்கார்ந்திருந்தார்கள். அந்த ஆண் வாசித்துக்கொண்டிருந்தார். சட்டென்று அடையாளம் கண்டுகொண்டேன். புல்லாங்குழல் வாசிப்பவர் 'புளூட்' மாலி. ஆஹா இவர் வாசிப்பதை இப்படி ஒரு சந்தர்ப்பத்தில் கேட்க எனக்கு லபித்திருக்கிறது. மகிழ்ச்சியாக இருந்தது. அடுத்து மாலி வாசித்தது 'பிருந்தாவன சாரங்கா' ராகம் என்று அறிந்தேன். நான் பால்கனியில் நாற்காலியில் உட்கார்ந்து இந்த அரிய காட்சியை ரசித்துக்கொண்டிருந்தேன். இசை ஒலித்தது.

எனக்கு மனைவியின் நினைவும் மகனின் நினைவும் ஏற்பட்டது. அவள் கோபக்காரியாக இருந்தாலும் பல நேரங்களில் சாந்தமாகவே இருந்திருக்கிறாள் என்பதை உணர்ந்தேன். உறுதியான உடலுடைய அழகானவள் என்றும் தோன்றியது. மகன் நல்ல முறையில் வளர்வதற்கு எனக்கும் பொறுப்பு உள்ளது என்பதை உணர்ந்தேன். நான் பல சந்தர்ப்பங்களில் பொறுமையைக் கடைப்பிடித்திருக்க வேண்டும் என்று நினைத்தேன். திடீரென்று பிங்க் நிறம் மனதில் ஓடியது. மனைவியுடனான மோகக் கணங்கள் நினைவுக்கு வந்தன. மனைவியுடன் ராசியாகப்போகலாம் என்ற எண்ணம் தோன்றியது.

மாலி அடுத்த பாடலை வாசித்தார். வாசிக்க ஆரம்பிக்கும் போது அந்த வெளிநாட்டுப் பெண் மாலியிடம் ஏதோ சொன்னார். இப்போது மாலி வாசித்த ராகம் மயக்கத்தை உண்டுபண்ணுவதாக இருந்தது. என்ன ராகம் என்று என்னால் கண்டறிய முடியவில்லை. இந்துஸ்தானி கலந்ததுபோல எனக்குத் தோன்றியது. அவர்களைச் சுற்றி சிறு கூட்டம் சேர்ந்திருந்தது. அடுத்தும் ஒரு பாடலை வாசித்தார். இது மேலும் மயக்கத்தை அதிகரிப்பதாகத் தோன்றியது. ராகம் தெரியவில்லை. நான் வேறொரு உலகத்தில் சஞ்சரித்துக் கொண்டிருந்தேன். என்னுடன் அந்த உலகத்தில் என் மனைவியும் மகனும் இருந்தார்கள்.

புல்லாங்குழல் இசை நின்றது. மாலி, அந்த வெளிநாட்டுப் பெண்மணியிடம் பேசினார். அவர் பர்ஸிலிருந்து பணம் எடுத்துக்கொடுத்தார். அதை அந்தக் கண் தெரியாதவரிடம்

மாலி கொடுத்தார். பிறகு கண் தெரியாதவரின் தோளில் தட்டிக் கொடுத்துவிட்டு எதிரே உள்ள தௌபீக் ரெஸ்டாரெண்ட்டுக் குள் வெளிநாட்டுப் பெண்மணியுடன் சென்றார்.

நாளை நீதிமன்றத்தில் விவாகரத்து வழக்குத் தாக்கல் செய்ய வேண்டாம்; மனைவியுடன் ராசியாகப் போய்விட லாம்; வக்கீலிடம் சொல்லிவிடலாம் என்று நினைத்தேன். புல்லாங்குழல் மாலிக்கு மனதார நன்றி சொன்னேன்.

30 ஏப்ரல் 2024

38

இயற்கை

இந்த இடத்தைக் காட்டிலும் கவித்துவமான, அழகியல்பூர்வமான இடத்தை நான் கண்டதில்லை. அது ஆறு அல்ல. ஏரி. அகண்ட பரப்பு. நேர்ப்பார்வையிலும் இரு பக்கப் பார்வையிலும் எல்லை தெரியவில்லை. ஆறு இல்லை என்பதால் நீரின் ஓட்டம் இல்லை. தேங்கிய நீர். பளிங்கு போன்ற நீர். சிற்றலைகள் கரையை வந்தடையும் அழகோ பெரும் அழகு. அங்கு கரையில் போட்டிருந்த பெஞ்சில் உட்கார்ந்திருந்தேன். குளிர்ச்சியான சூழல் இருந்தது. எனக்குப் பின்னால் கலர்க்கலராய்ப் பூக்கும் பல மரங்கள் கொண்ட வரிசை இருந்தன. கொன்றைப் பூக்கள், பிற பெயர் தெரியாத பூக்கள். நான் அமர்ந்திருந்த பெஞ்ச் புல்தரையில் இருந்தது. மெத்தென்ற புல்தரை. ஒரு குப்பை கிடையாது. சில புற்கள் ஈரமாக இருந்தன.

இப்படி ஓர் அழகான சூழலில் நான் அமர்ந்திருப்பது எனக்குக் கிடைத்த நற்பேறு. சில பூக்கள் என்மேல் விழுந்தபோது என் உடல் சிலிர்த்தது. நான் என் பால்ய பிராயத்திற்குச் சென்றேன். என் தாயாரின் அணைப்பில் சிறு குழந்தையாக இருந்தேன். இந்த இயற்கை தாய்மையின் இன்னொரு வடிவம் என எனக்குத் தோன்றியது.

என் வாயில் பால் வடிகிறது. அன்னம் வாயில் நிரம்பி வெளியே வழிகிறது. அம்மா துடைத்து விடுகிறாள். தூளியை ஆட்டுகிறாள். பாடுகிறாள். அந்தப் பாட்டு தாலாட்டு. தூங்க வைப்பதற்கான பாடல்.

இடுப்பில் என்னை வைத்துக்கொள்கிறாள். பிள்ளையைச் சுமக்கும் இடமாக இடுப்பு அமைந்தது ஓர் ஆச்சரியம்தான். தாயின் இடுப்பு, தண்ணீர்க்குடம் வைப்பதற்கும் குழந்தையை வைப்பதற்கும் ஏற்ற இடம். அப்போது தாயின் உடல் சற்றே நெளிந்து அழகுற அமைந்திருக்கும்.

நிலா நகர்வதைக் குழந்தைக்குக் காண்பிக்கும் அழகுணர்ச்சி எப்படித் தாயை அடைந்தது. குழந்தையை எழப் பழக்குவது, நடக்கப் பழக்குவது, மழலை கூறப் பழக்குவது என்று அனைத்தும் பயிற்சி இல்லாமல் இயற்கையாகக் கூடிவருகிறது.

குழந்தைக்கு உடல்நலம் பாதிக்கப்பட்டால் விசனமடையும் முகமும் மனமும். தூக்கிக்கொண்டு சென்றால் மருத்துவர் வைத்தியம் பார்ப்பார். நெஞ்சில் பதைப்பு ஏற்படும்.

இயற்கையை ரசித்துக்கொண்டு உட்கார்ந்திருக்கும்போது ஏன் தாய்மையைப் பற்றிய நினைவு உண்டாகிறது. காதலி இருந்தால் காதலி நினைவும் வரலாம். அது காதல் இன்பமா. பெண்மையிலிருந்து உருவாவதா. ஆண்மையைப் பெண்மை வசப்படுத்துகிறதா.

பெஞ்சிலிருந்து எழுந்தேன். வரிசையாக நின்றிருந்த பூக்கள் சிந்தும் மரங்களைப் பார்த்தேன். இயற்கை பெரும் வசீகரம். ஆரோக்கியமான இயற்கை, விந்தைகள் புரியும். புற்களில் நடந்தேன். பாதங்களைப் புற்கள் தீண்டின. கூச்சம் ஏற்பட்டது. சற்று நேரம் நடந்ததும் மனம் உவகையில் பொங்கியது. பொங்கிப்பொங்கிப் பெருகியது. உவகையை வெளியேற்றா விட்டால் நான் சேதமடைந்துவிடுவேன் என்று தோன்றியது.

“அம்மா” என்று அலறினேன்.

30 ஏப்ரல் 2024

●

39

மீன் குழம்பு

வித்யா களைப்படைந்திருந்திருந்தாள். கணவர் இறந்து மூன்றாம் நாளில் அனைத்துக் காரியங்களும் முடிந்துவிட்டன. இன்று கறிச் சாப்பாடு. சூழ்நிலை மாறக் கண்டுபிடித்த உத்தி. உறவினர்கள் வந்திருந்தார்கள். அவளுக்கு ஒரு மகன், ஒரு மகள்.

கறிச்சாப்பாடு முடிந்து உறவினர்கள் கலைந்தார்கள். மகன் குடும்பமும் மகள் குடும்பமும் இருந்தன. வித்யா எங்கே இருக்க விருப்பம் என்று பெரியவர்கள் கேட்டபோது, சில காலத்திற்குத் தனியே இந்த வீட்டிலேயே இருந்துவிடுவதாகக் கூறினாள். கணவர் நினைவுடன் இந்த வீட்டிலேயே சில காலம் இருப்பது நல்லதுதான் என்று சில வயதான பெண்கள் சொன்னார்கள்.

மகன் வீட்டிலும் மகள் வீட்டிலும் சென்று தங்குவது தனக்குப் பொருந்திவராது என்று வித்யா நினைத்தாள். இங்கு சுதந்திரமாக இருந்து கொள்ளலாம். நினைத்ததைப் பொங்கிச் சாப்பிட லாம். கோயிலுக்குச் செல்லலாம். சினிமா பார்க்கச் செல்லலாம். டிவியில் சீரியல் பார்க்கலாம். மகன் வீட்டிலோ மகள் வீட்டிலோ இருந்தால் இவற்றை யெல்லாம் தன் இஷ்டத்திற்குச் செய்ய முடியாது என்று வித்யா நினைத்தாள்.

கணவர் உடல்நலமில்லாமல் இருந்தார். மரணம் அவருக்கு அருகில் வந்துவிட்டதை அவள் அறிந்திருந்தாள். அவர் மூச்சுத் திணறித்

தவித்தபோது என்ன செய்வதென்று தெரியாத சில கணங்களில் அவர் இறந்துவிட்டார். பிறகு டாக்டரை அழைத்து அவர் வந்து பார்த்துவிட்டு ஏற்கெனவே இறந்துவிட்டதாகத் தெரிவித்தார்.

செய்தி அறிந்து தெரிந்தவர்கள், உறவினர்கள் வரலானார்கள். ஒவ்வொருத்தர் வரும்போதும் வித்யா அழ வேண்டியிருந்தது. அழாமல் இருந்தால் 'கல்லு மாதிரி உக்காந்திருக்கா' என்பார்கள். இப்படி அழுவது பெரிய சலிப்பாக இருந்தது. சில சமயம் அழுகை வராமல் அழ வேண்டியிருந்தது. முக்கியமான உறவினர்கள் வரும்போது ஓங்கி அழுதாள். தொண்டை கட்டிக் கொண்டது.

வந்திருந்தவர்களில் ஒருவரை அழைத்து ஸ்ட்ரெப்சில் வாங்கிவரச் சொல்லி வாயில் போட்டுக்கொண்டாள்.

கணவரும் வித்யாவும் ஒருவருக்கொருவர் அன்பாகவும் பாசமுள்ளவர்களாகவும் இருந்தார்கள். வாழ்வில் முடிவு என்பது வரத்தான் செய்யும். உண்மையில் அவர் இறந்ததும் தனியே வாழப்போவதும் வித்யாவிற்குப் பெரும் துயரத்தைக் கொடுத்தது. கைம்பெண்ணாக இருக்க வேண்டுமே என்ற சங்கடம் இருந்தது.

கைம்பெண்ணாக்கும் சடங்குகளும் நடந்தன. அப்போது வித்யா அழுதாள். இப்போது சற்று ஓய்வாக இருந்தால் நன்றாக இருக்கும் என்று தோன்றியது. டிவி தொடர்கள் நான்கு நாட்களாகப் பார்க்காமல் விடுபட்டிருந்தன. அழுக்குத் துணிகள் நிறைய சேர்ந்திருந்தன. இன்றுதான் வாய்க்கு ருசியாக உணவு கிடைத்தது.

வித்யா அருகில் மகள் உட்கார்ந்து ஆறுதலாகப் பேசினாள். மகன் மொட்டைத் தலையுடன் ஊருக்குச் செல்லும் ஆயத்தத்தில் இருந்தான். இன்று இரவு காரில் அவன் வேலை பார்க்கும் ஊருக்குச் செல்கிறான். மகள் நாளைக் காலை அவள் இருக்கும் ஊருக்குச் செல்கிறாள்.

அடுத்த நாள் காலை மகள் கிளம்புவதற்கு முன் வித்யாவைக் கட்டிக்கொண்டு அழுதாள். வித்யாவும் அழுதாள். மகன் ஏற்கெனவே சென்றுவிட்டான். இப்போது மகளும் சென்றுவிட்டாள். வீடு ஆட்களில்லாமல் வெறிச்சென்றிருந்தது. இவ்வளவு நாட்கள் உணராத தனிமையை வித்யா உணர்ந்தாள்.

மகன் இருக்கும்போதே தந்தையின் படத்தைக் கடையில் கொடுத்து ப்ரேம் போட்டு ஹாலில் மாட்டியிருந்தாள். அந்தப் படத்தைச் சற்றுநேரம் வித்யா பார்த்தாள். நாற்பது ஆண்டு

அபூர்வ கணம் 125

காலமாக இவருடன் சேர்ந்து வாழ்ந்து பல நல்லது கெட்டது களைப் பார்த்தாகிவிட்டது என்று நினைத்தாள்.

அவர் வழக்கமாக உட்கார்ந்து பேப்பர் படிக்கும் இடம், படுக்கும் படுக்கை மற்றும் அவர் புழங்கும் இடங்களைப் பார்த்தாள். நாற்காலியில் அமர்ந்து வெறிச்சோடிய வீட்டைப் பார்த்தாள்.

மதியம் அவள் சாப்பிடுவதற்குச் சமைக்க வேண்டும். வீட்டைப் பூட்டிவிட்டு வெளியேறினாள். மீன் கடைக்குச் சென்றாள். மீன் வாங்கினாள். பின் பலகாரக் கடைக்குச் சென்று ஓமப்பொடி, பக்கோடா வாங்கினாள்.

பூட்டைத் திறந்து வீட்டிற்குள் வந்தாள். டிவியைப் போட்டாள். சீரியல் வரும் சேனலில் சீரியல் பார்க்க ஆரம்பித்தாள். மீன் குழம்பு மணக்க மணக்கச் செய்து சாப்பிட வேண்டும் என்று நினைத்தாள்.

30 ஏப்ரல் 2024

40

முன்னாள் கணவன், மனைவி

அவனும் அவளும் எதிரெதிரே உட்கார்ந் திருந்தார்கள். முன்னாள் கணவன், மனைவி. முன்னாள் கணவனிடம் முன்னாள் மனைவி கேட்டாள். "நான் விவாகரத்து கேட்ட உடனே ஏன் ஒப்புக்கொண்டாய். என்னை யோசிக்கச் சொல்லியிருந்தால் யோசித்திருப்பேனே அல்லது முடிவைக் கைவிட்டிருப்பேனே."

"இப்போது அப்படித்தான் தோன்றும். நான் மறுத்தாலும் நீ பிடிவாதமாகத்தான் இருந்திருப்பாய். அந்தச் சந்தர்ப்பத்தில் உன் முடிவை மாற்றியிருக்க முடியாது."

"இப்போது மகன் தறுதலையாக இருக்கிறான். படிப்பது கல்லூரியில். அதற்குள் சிகரெட் பழக்கமும் குடிப்பழக்கமும் ஏற்பட்டுவிட்டது. என் கண்டிப்பு எடுபடவில்லை. தந்தை இருந்திருந்தால் அவன் கட்டுப்பட்டிருப்பான்."

"இதை இப்போது யோசித்து என்ன செய்ய. அப்போதே யோசித்திருக்க வேண்டும்."

"அப்போது சிறு பையனாக இருந்தான் இப்படியெல்லாம் மாறுவான் என்று எனக்குத் தோன்றவில்லை."

"உன்னுடைய டார்ச்சர் எனக்குத் தாங்க முடிய வில்லை. நீ விவாகரத்துக் கேட்டிருக்காவிட்டால் சில காலம் கழித்து நான் கேட்டிருப்பேன்."

"காதலிக்கும்போது நான் இனிச்சேன். பின்னாடி கசப்பா மாறிட்டேன்."

"நானுந்தான் உனக்கு இனிச்சேன். பின்னாடி மாறிட்டேனா."

"அது அப்படித்தான். இரண்டு பேருக்கும் காதல்தான் பெரிசாத் தெரிஞ்சது. மனைவி ஆன பின்னே காதல் உயிரை விட்டிருச்சு."

"ஆமா. எனக்கும்தான். நீ எனக்கு மனைவி ஆன பின்னாடி, நான் உனக்குக் கணவன் ஆன பின்னாடி, எப்படி காதலர்களா இருக்க முடியும்."

"நீ இன்னொரு கல்யாணம் பண்ணிக்கிட்டே. உன் சந்தோஷத்துக்குக் குறைவில்லாம இருக்கும். பெண்டாட்டி எப்படி இருக்கா."

"எல்லா பெண்டாட்டியும் ஒரே மாதிரிதான்."

"உனக்கு என்ன பெண்டாட்டி பிள்ளைன்னு செட்டில் ஆகிவிட்டது. நான் பையனோடு கஷ்டப்பட்டுக்கொண்டிருக்கேன்."

"நீயும் கல்யாணம் பண்ணிக்க வேண்டியதுதானே."

"குழந்தையோட இருக்கற பொண்ணுக்கு மாப்பிள்ளை அமையுமா. அப்புறம் குழந்தையோட வாழ்க்கைப் பாழாப்போயிரும்."

"இதுதான் யதார்த்தம். மகன் விஷயமா பேசு."

"மகன் தறுதலையா இருக்கான். நான் கூட்டிக்கிட்டு வாரேன். நீ புத்திமதி சொல்லணும். அவனைக் கண்டிக்கணும்."

"நான் சொன்னா எப்படி அவன் கேட்பான். நாம இரண்டு பேரும்தான் பிரிஞ்சாச்சே."

"கேப்பான். நான் கூட்டிட்டு வாரேன். நீ புத்திமதி சொல்லு."

"என்க்கென்னமோ சரியா நடக்கும்னு தோணலே."

"அப்ப அவனை அப்படியே விட்டுற முடியுமா."

"சரி. கூட்டிட்டு வா. என்னாலே முடிஞ்ச அட்வைஸைப் பண்றேன்."

அந்த அறையில் வேறு எவரும் இல்லை. இருவரும் சற்று நேரம் அமைதியாக உட்கார்ந்திருந்தார்கள்.

"இங்கே வேற யாருமில்லை" என்றான்.

"ஆமா. யாருமில்லை" என்றாள்.

"உன்னைக் கட்டிப்பிடிக்கணும்போல இருக்கு" என்றான்.

"எனக்கும்தான்" என்றாள்.

இருவரும் கட்டிப்பிடித்தார்கள். அவள் கன்னத்தில் அவன் முத்தம் கொடுத்தான். அவன் கன்னத்தில் அவள் முத்தம் கொடுத்தாள். பின் இருவரும் பிரிந்து சென்றார்கள்.

30 ஏப்ரல் 2024

●

41

ஜிகர்தண்டா

இன்று தேரோட்டம். கார்த்திக்கு இரண்டு மகள்கள். அவர்கள் இருவரையும் அழைத்துச் சென்று தேரை மக்கள் கூட்டம் இழுத்து வருவதைக் காண்பிக்க வேண்டும் என்று விரும்பினான். மகள்களுக்கு அதைப் பார்ப்பதில் ஆர்வம் இல்லை. ஆனாலும் நேரில் பார்த்தால் மகிழ்வார்கள் என்று நினைத்தான்.

கூட்டம் அதிகமாக இருக்கும். வானிலிருந்து பார்த்தால் எறும்புக் கூட்டம் உயரமான ஒரு பொருளை இழுத்துச் செல்வது போலத் தோன்றும். நான்கு ரதவீதிகளிலும் தேர் வரும். வடக்கு ரதவீதியில் தேர் வரும்போது அதற்கு இணையான வடக்குப் பக்கத்தில் இருக்கும் சாலைக்கு வந்து ஊடு சந்து வழியாக வடக்கு ரதவீதியை அடைந்து தேர் பார்க்கலாம் என்று நினைத்தான்.

மகள்கள் தயாராக இருந்தார்கள். ஓர் ஆட்டோவை பேரம் பேசி அமர்த்தினான். வடக்கு ரதவீதியில் ஒரு நண்பரிடம் தேர் வந்து கொண்டிருக்கும் இடம் பற்றி விசாரித்தான். ஒரு கட்டத்தில் கிளம்பலாம் என்று முடிவெடுத்தான். ஆட்டோ சென்றபோது மக்கள் கூட்டங்கூட்டமாகச் சென்றுகொண்டிருப்பதைப் பார்த்தான். போக்குவரத்து நெரிசலில் ஆட்டோ செல்வது சிரமமாக இருந்தது. செல்லும் பாதையையும் மாற்றியிருந்தார்கள்.

ஒரு வழியாக அவன் நினைத்த இடத்தை அடைந்தான். மக்கள் வேகமாகச் சென்றுகொண்டிருந்தார்கள். ஆட்டோவை ஓரமாக நிறுத்தச்

சொல்லி ஊடு சந்து வழியாக வடக்கு ரதவீதியை அடைந்தார்கள். சற்று தூரத்தில் தேர் அசைந்து வருவது தெரிந்தது. வடங்களைத் தன்னிச்சையாக வந்தவர்கள் இழுத்துக்கொண்டிருந்தார்கள். வடம் இழுப்பவர்கள் வியர்வையில் நனைந்திருந்தார்கள். குளித்து அப்படியே வந்தது போல இருந்தார்கள். ஒரு பெரிய கட்டையைச் சக்கரத்திற்குக் கீழே வைத்து வைத்து எடுத்தார்கள். தேர் அசைவது அழகாக இருப்பதாக கார்த்திக்குத் தெரிந்தது. கூட்டத்தின் பரவசம் அவனுக்கு ஆச்சரியத்தையும் மகிழ்வையும் தந்தது. மூத்த மகள் கேட்டாள்.

“ஏம்பா இவ்வளவு உயரமான தேர்லே சாமியை வைச்சு கஷ்டப்பட்டுக் கயிறை இழுக்கறாங்க. சின்ன சப்பரத்திலே வைச்சுக்கொண்டாரலாமில்ல. . .”

“இது திருவிழாவிலே ஒரு பகுதி. பாரு எவ்வளவு மக்கள் கயிறை இழுக்கறாங்க. இவுங்க எல்லாம் தானா வந்தவங்க. எவ்வளவு பேரு தேர் பாக்க வந்திருக்காங்க பாரு.”

மூத்த மகள் பதில் ஏதும் சொல்லவில்லை. இரண்டாவது மகள் சாமி கும்பிட வந்தவர்களை வேடிக்கைப் பார்த்துக் கொண்டிருந்தாள். கடுமையான வெயில்.

“இந்த வெயில்லே கஷ்டப்பட்டு இழுக்கறாங்களே. பார்க்கப் பாவமா இருக்குப்பா” என்றாள் இரண்டாவது மகள்.

“அம்மா, இது திருவிழா. நிறைய பேர் வந்ததாத்தான் அதுக்குப்பேரு திருவிழா. இவ்வளவு பேர் திருவிழாவைக் கொண்டாடுறதுக்குத்தான் வந்திருக்காங்க. கயிறை இழுத்துச் சேவை செய்யலாம்னு சிலர், நல்லது நடக்கும்னு சிலர் வந்திருக்கலாம்.”

இருவரும் கேட்டுக்கொண்டார்கள். தேர் அவர்களைக் கடந்து அசைந்து சென்றது. அவர்கள் ஆட்டோவிற்குத் திரும்பினார்கள். ஆட்டோவில் ஏறினார்கள்.

மகள்கள் ஜிகர்தண்டா கடையில் ஆட்டோவை நிறுத்தச் சொன்னார்கள். ஜிகர்தண்டாவை இருவரும் ரசித்து, ருசித்துக் குடித்தார்கள். இருவரும் ஜிகர்தண்டா ருசியாக இருப்பதாக மகிழ்ச்சியுடன் சொன்னார்கள்.

அசைந்து செல்லும் தேர் பார்க்க மக்கள் விரைந்து கொண்டிருந்தார்கள்.

12 ஜூலை 2024

●

42

தீபாவளி

இன்னும் சில நாட்களில் தீபாவளி வந்து விடும். அம்மா தீபாவளிக்குச் சில நாட்களுக்கு முன்னால் பூந்தியும் முறுக்கும் ரவாலாடும் செய்வாள். ரங்கனுக்குப் பூந்தி மிகவும் பிடிக்கும். தயார் செய்யப்பட்ட பூந்தியை அம்மா தகர டின்னில் வைத்திருப்பாள். வீட்டிற்குள் வரும்போதும் வெளியே செல்லும்போதும் ஒரு பிடி பூந்தி எடுத்து வாயில் போட்டுக்கொள்வான்.

அவன் வேலைக்குப் போன சில மாதங்களி லேயே தந்தை இறந்துவிட்டார். வேலை பார்க்கும் ஊரில் தாயாருடன் வசித்தான். தீபாவளிக்குச் சில நாட்கள் முன்பாக அவனுடைய அம்மா பூந்தி, முறுக்கு, ரவாலாடு செய்யும் பழக்கத்தைத் தொடர்கிறாள். அலுவலகம் செல்லும்போதும், திரும்பி வீட்டுக்கு வந்தபின்னும் தகர டின்னில் கையை விட்டுப் பூந்தியை எடுத்து வாயில் போட்டுக் கொள்வான். அம்மா சிறு தட்டில் பூந்தி, முறுக்கு, ரவாலாடுவை வைத்து அவனுக்குக் கொடுப்பாள். தண்ணீர் டம்ளரை சிறு தட்டிற்குப் பக்கத்தில் வைத்திருப்பாள். அந்தக் காட்சி பார்ப்பதற்கு அழகாக இருக்கும். தட்டில் பூந்தி சாப்பிடு வதைவிடப் போகிற போக்கில் தகர டின்னில் கையைவிட்டுப் பூந்தியை வாயில் போட்டுக் கொள்வதுதான் ரங்கனுக்குப் பிடித்தது.

அவனுக்குத் திருமணம் நடந்தது. ஒரே மகன் என்பதால் அம்மா உடன் இருந்தாள். மனைவி

வங்கியில் வேலை பார்க்கிறாள். சமையலில் அம்மாவிற்கு அவ்வப்போது உதவி செய்வாள். அம்மாவிற்கும் சமையல் அறை தன்வசம் இருப்பதில் திருப்தி இருந்தது. மருமகள்கள் மாமியாரிடமிருந்து சமையல் அறையைக் கைப்பற்றிக் கொள்ளும் காலமாக இருக்கிறதே என்று அம்மா பயந்தாள். சமையல் அறை அவளிடமே இருந்தது. தீபாவளிக்கு அவனுக்குப் பூந்தியும் கிடைத்தது.

அம்மாவுக்குக் கர்ப்பப்பையில் புற்றுநோய் ஏற்பட்டு, கவனத்திற்கு வராமல் பரவி, படுக்கையில் விழுந்துவிட்டாள். சமையல் அறைக்குப் பொறுப்பு ரங்கனின் மனைவிக்கு மாறியது. அவள் பணிபுரிவதால் ஒரு நடுத்தர வயதுப் பெண்ணைச் சமையலுக்கும் பிற வேலைகளுக்கும் துணைக்கு வைத்துக்கொண்டாள். அம்மா இறந்துவிட்டாள்.

அம்மா இறந்தபின் வந்த முதல் தீபாவளி கொண்டாடப் படாமல் கழிந்தது. அடுத்த தீபாவளி வந்தது. ரங்கனின் மனைவிதான் பட்சணங்கள் செய்யவேண்டும். அல்லது அவள் மேற்பார்வையில் பணிப்பெண் பட்சணங்கள் தயார் செய்ய வேண்டும்.

தீபாவளிக்குச் சில நாட்கள் முன்னதாக ஒரு ஞாயிற்றுக் கிழமையில் சமையலுக்கு உதவியாக இருக்கும் பெண்ணைத் துணைக்கு வைத்துக்கொண்டு அவளே பூந்தி தயார் செய்வதைப் பார்த்தான்.

"நீ எதற்கு இந்த வேலையைச் செய்து கஷ்டப்படுகிறாய். அம்மாவுடன் பூந்தி முடிந்தது" என்றான்.

'அம்மாவுடன் முடிந்தது' என்று அவன் சொன்னது அவளைத் தாக்கியது. அவள் முகம் மாறியது. வைராக்கியம் இறுகியது.

"பூந்தி போடறது பெரிய வேலையா. நான் போட்டுக் கொண்டு வாரேன். நீங்க ஹால்லே போயி உட்காருங்க" என்றாள்.

ரங்கன் ஹாலுக்குச் சென்று உட்கார்ந்து படித்த காலைப் பத்திரிகைகளையே திரும்பவும் படித்தான். படிக்காமல் விட்டுப்போன பகுதிகள் இருந்ததை உணர்ந்தான்.

மனைவி ஒரு தட்டில் பூந்தி கொண்டுவந்து அவனிடம் கொடுத்தாள். அவன் அதை வாங்கிப் பக்கத்தில் கிடந்த ஸ்டூலை இழுத்து அதன் மேல் வைத்தான். தண்ணீர் டம்ளரை

அபூர்வ கணம்

அம்மாவைப் போல் அவள் அந்தத் தட்டுடன் வைக்கவில்லை. அவன் சிறிது பூந்தி எடுத்து வாயில் போட்டான். மனைவி அவனையே பார்த்துக்கொண்டிருந்தாள்.

அவன் முகம் மாறியது. ஆனாலும் அதை உடனே மாற்றி மகிழ்ச்சியுடன் முகத்தை வைத்துக்கொண்டு, "அம்மா செய்யற பூந்தி மாதிரியே இருக்கு" என்றான். மனைவி அந்த இடத்தை விட்டு அகன்றாள்.

12 ஜூலை 2024

43

கருமை

அவள் கருமையாக இருந்தாள். பளபளக்கும் கருமை. Polished Black என்று ஆங்கிலத்தில் மனதிற்குள் சொல்லிக்கொண்டான். அவன் சிகப்பாக வளர்த்தியாக இருந்தான். மீசை வைத்திருந்தான். அவனுடைய சிகப்பைப் பார்த்த பெண்ணின் உறவினர்கள், இந்தக் கருமையான நிறம் கொண்ட பெண்ணை அவன் விரும்ப மாட்டான் என்று நினைத்தார்கள்.

பெண் பார்த்துவிட்டு வரும்போது அவனின் அம்மா சொன்னாள். "பொண்ணு நல்ல வேலையிலே இருக்கா. ஆனா கருப்பாக இருக்காளே. நீ என்ன நினைக்கறே" என்று அவனிடம் கேட்டாள். அவன் யோசித்துக்கொண்டிருப்பதாகக் கூறினான். அவன் வீட்டார் பெண்ணின் கருப்பு நிறத்தைப் பற்றியே அதிருப்தியாகப் பேசினார்கள்.

பெண் வீட்டார் தரப்பில் 'பையன் இவ்வளவு சிகப்பாக இருக்கிறானே. நல்ல குடும்பப் பின்னணி. நல்ல வேலை. அழகாக இருக்கிறான். பையனுக்கும் பையன் வீட்டாருக்கும் எப்படி இந்தக் கருப்புப்பெண்ணைப் பிடிக்கும்' என்று பேசிக்கொண்டார்கள்.

பெண்ணுக்கு இந்தப் பையன் தன்னை ஏற்றுக்கொள்வான் என்ற நம்பிக்கையே இல்லை. சிலர் பார்த்துவிட்டுச் சென்று 'வேண்டாம்' என்பதைச் சுற்றி வளைத்துச் சொன்னார்கள். அதேபோல் இவர்களும் சொல்வார்கள் என்று நினைத்தாள்.

அவனுக்கு அவளின் பளபளக்கும் கருமை கிளர்ச்சியடைய வைத்தது. தேர்ந்த சிற்பி செய்த கருங்கல் சிலைபோல அல்லவா இருக்கிறாள் என்று நினைத்தான்.

இரவு கனவு வந்தது. ஏதோ ஒரு பழங்கோயில். சிவாலயம். கோயிலைச்சுற்றிப் பார்த்துக்கொண்டே வந்தான். ஒரு பெண்ணின் சிலையைக் கண்டான். தூணில் செதுக்கப்பட்டிருந்தது. அழகான சிலை. எடுப்பான அங்கங்கள். வாளிப்பான கால்கள். அதில் தண்டை. அளவான மார்பகங்கள். அவன் அதிசயத்துடன் பார்த்தான். சிலைக்குத் தலை உச்சியிலிருந்து பாதம்வரை எண்ணெய் தடவி பளபளப்பாக ஆக்கியிருந்தார்கள். அந்தக் கருமையான பளபளக்கும் கற்சிலைமீது அவனுக்கு அபரிமிதமான மோகம் ஏற்பட்டது. அவன் இருக்கும் இடத்திலிருந்து அண்ணாந்துதான் அந்தச் சிலையைப் பார்க்க முடிந்தது. அந்தச் சிலை, மனுஷ்ய உருவம் எய்தி தூணிலிருந்து அணிந்திருந்த ஆபரணங்களுடன் தரையிறங்கியது. அவன் அருகே வந்தாள். அவனைக் கருமை பளபளக்கும் பெண் கட்டித்தழுவிக்கொண்டாள். அவன் மோகத்தில் தடுமாறினான். ஆபரணங்கள் பளிச்சிட்டன. அவளின் மார்புகள் தழுவுதலில் பிதுங்கின. அவனுக்குக் கைகள், கால்கள் ஆட்டங்கண்டன. மூர்ச்சையடைந்தான்.

கனவிலிருந்து விழித்தான். கருமை நிறம் இவ்வளவு வசீகரமானதா. தீராத மோகத்தில் முக்கி எடுத்து வெளியே கிடத்துமா. ஒன்றும் விளங்கவில்லை. பளபளக்கும் கருமை.

அடுத்த நாள் அவனின் அம்மா, "பெண் வீட்டாருக்குத் தகவல் சொல்லணும். என்ன சொல்ல" என்று அவனிடம் கேட்டாள்.

"வேண்டாம் என்று சொல்லிவிடு" என்று அம்மாவிடம் கூறினான்.

12 ஜூலை 2024

●

சுரேஷ்குமார இந்திரஜித்

44

பங்களா

சுகன்யா தன் தோழி வீட்டில் விருந்தாளியாகத் தங்க இருக்கிறாள். அலுவலக வேலையாகச் சென்னையிலிருந்து திண்டுக்கல்லுக்குச் செல்ல வேண்டியிருந்தது. அங்குதான் அவளுடைய கல்லூரித் தோழி சுமதி குடும்பத்துடன் வசிக்கிறாள். அரசாங்க கெஸ்ட்ஹவுஸில் தங்கலாம். அதில் தங்க அவளுக்கு விருப்பமில்லை. ஆண்கள் நிறைந்த சூழலாக இருக்கும்.

சுமதியிடம் போனில் பேசியதில் அவளை வரச்சொல்லி சந்தோஷமாகச் சொன்னாள். சற்று நேரம் பழங்கதைகள் பேசினார்கள். சுகன்யா, சென்னையிலிருந்து ரயிலில் வந்துவிட்டாள். ரயில்வே ஸ்டேசனுக்கு சுமதி காருடன் வந்துவிட்டாள். இருவரும் பல நாட்கள் கழித்துச் சந்திப்பதனால் மகிழ்ச்சியாக இருந்தார்கள்.

வீட்டுக்குச் சென்றார்கள். வீடு அல்ல, பங்களா. தன்னுடைய கணவன் தொழிலதிபர் என்று சுகன்யாவிடம் சுமதி கூறியிருந்தாள். திருமணத்தின் போது சுமதியின் கணவனைப் பார்த்ததுதான். கருப்பாக லட்சணமில்லாமல் இருந்தான். சுமதியை நினைத்து அவள் பரிதாபப்பட்டாள். "அப்பா சொல்லை மீறும் சூழல் குடும்பத்திலேயே இல்லை" என்று வருத்தத்தோடு சுமதி கூறினாள். சுமதி எளிய குடும்பத்தைச் சேர்ந்தவளாக இருந்தாள்.

ஹாலில் அமர்ந்து இருவரும் பேசிக் கொண்டிருந்தார்கள். வெளியே கார் நிற்கும் சத்தம் கேட்டது. சுமதியின் கணவன் ஹாலுக்குள் நுழைந்தான். சுகன்யா அவனைப் பார்த்ததும் எழுந்து நின்றாள். அவளை அவன் அமரச் சொல்லி தானும் ஒரு சோபாவில் உட்கார்ந்தான். அவனைப் பார்த்ததில் சுகன்யா விற்கு அவன்மீது அருவருப்பு உருவாகியது. திருமண தினத்தன்று பல சடங்குகள், கூட்டத்தினிடையே பார்த்தது. இப்போதுதான் நன்றாகப் பார்க்கிறாள். 'சுமதி அழகி. தன்னைவிட அழகி' என்ற எண்ணம் சுகன்யாவிற்கு இருந்தது. அவள் எப்படி இவனுடன் வாழ்கிறாள் என்று யோசித்தபோது மனதில் கசப்பையும் ஒவ்வாமையையும் உணர்ந்தாள்.

சுமதியின் கணவன் சில விஷயங்கள் சம்பிரதாயமாகப் பேசினான். பிறகு எழுந்து தன் அறைக்குச் சென்றுவிட்டான். 'சுமதி எப்படி இவனுடன் வெளியிடங்களுக்கும், விசேஷங் களுக்கும் செல்கிறாள். கூச்சமாக இருக்காதா' என்றெல்லாம் சுகன்யா யோசித்தாள்.

சுகன்யா தனக்கென்று ஒதுக்கப்பட்ட அறைக்குள் இருந்தாள். மனதில் ஏதோ அன்னிய உணர்வு ஏற்பட்டது. அரசாங்க கெஸ்ட்ஹவுசிலேயே தங்கியிருக்கலாமே என்ற உணர்வு ஏற்பட்டது. 'சுமதி பாவம். அவள் மனநிலையைப் பற்றி அவளிடம் பேசுவது உசிதமில்லை. அவளாக ஏதும் சொன்னால் கேட்டுக்கொள்ளலாம். இப்போது வருடங்கள் கடந்துவிட்டன. பேசி என்ன செய்ய' என்றெல்லாம் சுகன்யா விற்குள் சிந்தனை ஓடியது.

சற்று நேரம் படுக்கையில் படுத்திருந்தாள். பின்னர் எழுந்து ஜன்னல் வழியே பார்த்தாள். வெளியே தோட்டம் இருந்தது. சுமதியின் கணவன் செடிகளுக்குத் தண்ணீர் விட்டுக் கொண்டிருந்தான். திடீரென அவன் திரும்பி ஜன்னலைப் பார்த்தான். அவனுடைய கண்கள் மிருகக் கண்கள்போல சுகன்யாவிற்குத் தோன்றியது. அவள் ஜன்னலை விட்டு அகன்று நாற்காலியில் உட்கார்ந்துகொண்டாள்.

'சுமதியின் கணவன்தான் என்ன செய்வான், அவன் தோற்றம் அப்படி' என்று சுகன்யா நினைத்துக்கொண்டாள். இந்தப் பங்களாவில் தங்குவதில் அவளுக்கு ஒவ்வாமை ஏற்பட்டது. தன்னையே அவள் நொந்துகொண்டாள். கெஸ்ட்ஹவுஸில் தங்கி சுமதியை வரச்சொல்லியிருக்கலாம். அப்போது தோன்றவில்லை. அறைக்குள் நடந்தாள். கெஸ்ட்ஹவுஸ்க்குச் சென்றுவிட வேண்டும் என்று நினைத்தாள்.

சுமதியைச் சந்தித்தாள். 'நான் கெஸ்ட்ஹவுஸிற்குப் போக வேண்டியதிருக்கிறது. அலுவலர்கள் சந்திக்க விரும்புகிறார்கள். சில விஷயங்களை விவாதிக்க வேண்டியிருக்கிறது" என்றாள்.

"என் மணவாழ்வு மகிழ்ச்சியாக இல்லை" என்றாள் சுமதி. சுகன்யா அவளின் தோளில் தட்டிக்கொடுத்தாள்.

அடுத்த அரை மணிநேரத்தில் சுகன்யா கெஸ்ட்ஹவுஸில் இருந்தாள்.

12 ஜூலை 2024

45

பார்வை

சித்ராவைத் திருமணம்செய்து கொடுத்த போது, பேசிய நகைகளைப் போட்டு அனுப்ப வில்லை. அவளது தந்தையால் முடியவில்லை. வருத்தத்துடன் பின்னால் சமாளித்துக்கொள்ள லாம் என்ற நினைப்பில் அனுப்பினார். சில நாட்களிலேயே போலி நகைகளைப் போட்டு அனுப்பியிருக்கிறார்கள் என்று மாப்பிள்ளை வீட்டார் கோபப்பட்டுச் சண்டை போட்டார்கள். சித்ராவைப்படாத பாடுபடுத்தினார்கள். இழிவு படுத்தினார்கள். கணவனும் அவளைக் கௌரவ மாக நடத்தவில்லை. 'ஏமாத்துன கும்பல்' என்றே ஏசுவான். சித்ராவிற்கு நரகத்தில் இருப்பதுபோல இருந்தது. கணவன் அவளைவிட்டு விலகி இருந்தான். சில நாட்களில் அடக்க முடியாதபோது அவளிடம் சேருவான். இப்படியாக சித்ராவின் வாழ்க்கை ஓடிக்கொண்டிருந்தது. சித்ராவைப் பார்க்க அவளின் பெற்றோருக்கும், பெற்றோர் களைச் சென்று பார்க்க சித்ராவுக்கும் அனுமதி இல்லை. வீட்டுக்குள்ளேயே புறக்கணிக்கப்பட்ட வேலைக்காரிபோல இருந்தாள். கணவனுக்கும் தன் மேல் பாசம் இருப்பதாக அவள் உணரவில்லை. அவளுக்கும் அவன் மேல் பாசம் உருவாகவில்லை. போனிலும் பேசக் கூடாது என்று சித்ராவிடம் சொல்லிவிட்டார்கள்.

சித்ரா தந்தையிடமும் நகைகள் போட வசதியில்லை. ஏதோ குருட்டுத்தைரியத்தில் திருமணத்தை முடித்துவிட்டார். பணம் இருந்தால்

நகைகள் போடுவதாகச் சமரசம் செய்து, பின் நகைகளுடன் சென்று ராசியாகிவிடலாம். அதற்கும் சித்ராவின் தந்தைக்கு வழி இல்லை.

அவளுக்குப் படுத்தவுடன் தூங்கும் பழக்கம் உண்டு. காலையில் சீக்கிரம் எழுந்துவிடுவாள். தூக்க காலம் மட்டும்தான் அவளுக்கு நிம்மதியான காலமாக இருந்தது. சித்ராவின் தந்தைக்கு அவர் வேலை பார்க்கும் தனியார் கம்பெனியில் பணி ஓய்வு கொடுத்துவிட்டார்கள். தம்பி ஒருவன் ஆட்டோ ஓட்டுகிறான். ஒரு தடவை வெளியிலிருந்து போனில் அவனிடம் சித்ரா பேசினாள். "அக்கா கவலைப்படாதே. நான் ஆட்டோ ஓட்டி சம்பாதிச்சு உனக்கு நகை போட்டுக் கூட்டி வருகிறேன்" என்றான். எதுவும் நடக்கவில்லை. வேலை இல்லாததால் செலவுக்கே சித்ராவின் குடும்பம் தடுமாறியது.

ஆண்டுகள் கடந்தன. இரு குடும்பத்தாருக்கும் தொடர்பு என்பதே இல்லாமல் ஆகிவிட்டது. சித்ராவின் புகுந்த வீட்டில் அவளைக் குறை சொல்வதைக் குறைத்து ஓரளவு கனிவு காட்டினார்கள். அவளுக்குப் பெண் குழந்தை பிறந்தது. தகவல் சொல்லாததால் சித்ராவின் பிறந்த வீட்டிலிருந்து எவரும் வரவில்லை.

நாளடைவில் இதுதான் வாழ்க்கை என்று சித்ராவிற்குப் பழகிவிட்டது. பெண் குழந்தை வளர்ந்து கொண்டிருக்கிறது. கணவன் வீட்டில் குறைந்த மதிப்புடைய நகை போட்டார்கள். ராசியாக இருந்தாலுமே தந்தையால் எதுவும் செய்ய முடியாது என்பதை சித்ரா அறிந்திருந்தாள்.

ஒரு உறவினர் திருமணம் நடந்தது. சித்ரா, கணவன், மகளுடன் அந்தத் திருமணத்திற்குச் சென்றாள். அங்கு நாற்காலியில் வெள்ளை நிற தாடி மீசையுடன் தன் தந்தை உட்கார்ந்திருப் பதைப் பார்த்தாள். பரிதாபமாக இருந்தது. அவர் கண்களில் படாமல் ஒதுங்கிக்கொண்டாள். தம்பியைத் தேடினாள். அவன் தந்தைக்கு இரண்டு நாற்காலிகள் தள்ளித்தான் அமர்ந்திருந்தான். ஆனால் சித்ரா அவனைப் பார்க்கவில்லை. பிற இடங்களிலும் தேடிப் பார்த்தாலும் அவனைக் காணவில்லை. அவன் இந்தத் திருமணத்திற்கு வரவில்லை என்று நினைத்தாள்.

குழந்தைக்கு ஜுரம் அடிப்பது போல் சித்ராவிற்குத் தோன்றியது. அவளுக்கும் உடல் வெப்பமானது போலிருந்தது. "வீட்டுக்குப் போகலாம்" என்று கணவனிடம் வற்புறுத்தினாள். "சாப்பிட்டுப் போகலாம்" என்றான் அவன்.

அவள் வற்புறுத்தினாள். "வெளியே சாப்பிடும் உணவு சேர மாட்டேங்குது. வயிற்றுக்குப் பிரச்சினையாக இருக்கிறது. குழந்தைக்கும் உடம்பு சுடற மாதிரி இருக்கிறது" என்று சொன்னாள். கணவன் வேண்டா வெறுப்பாக, "சரி" என்றான். அவர்கள் திருமண மண்டபத்தை விட்டு வெளியே வந்தார்கள்.

வெளியே ஒரு மரத்தடிக்கு வந்து நிழலில் நின்றுகொண்டிருந்த சித்ராவின் தம்பி அவள் டூவீலரில் ஏறி உட்கார்வதையும் மடியில் குழந்தையை வைத்திருப்பதையும் பார்த்தான். தந்தையிடம் சென்று சித்ராவையும் குழந்தையையும் பார்த்ததாகச் சொன்னான். "நான் அவளைத் திருமண மண்டபத்தில் ஏற்கெனவே பார்த்து விட்டேன்" என்றார் அவர்.

12 ஜூலை 2024

●